இரண்டு விரல் தட்டச்சு

இரண்டு விரல் தட்டச்சு

அசோகமித்திரன் (1931 – 2017)

இயற்பெயர் ஜ. தியாகராஜன். செப்டம்பர் 22இல் செகந்தராபாத்தில் பிறந்தார். தந்தையின் மறைவுக்குப்பின் இருபத்தொன்றாம் வயதில் குடும்பத்துடன் சென்னைக்குக் குடியேறினார். மெஹ்பூப் கல்லூரியிலும் நிஜாம் கல்லூரியிலும் ஆங்கிலம், இயற்பியல், வேதியியல் படித்தார். ஜெமினி ஸ்டுடியோவில் பணிபுரிந்துவந்த இவர் கணையாழி மாத இதழின் ஆசிரியராகவும் பல ஆண்டுகள் பணியாற்றினார்.

1951 முதல் தமிழிலும் ஆங்கிலத்திலும் எழுதிவருகிறார். சிறுகதை, குறுநாவல், நாவல், கட்டுரை, விமர்சனம், சுய அனுபவப் பதிவு என்ற பிரிவுகளில் 60 நூல்களுக்கு மேல் எழுதியிருக்கிறார். இந்தியாவில் உள்ள அனைத்து மொழிகளிலும் சில ஐரோப்பிய மொழிகளிலும் இவரது நூல்கள் மொழிபெயர்க்கப்பட்டுள்ளன. இவருடைய படைப்புகள் இந்தியாவிலும் வெளிநாட்டிலும் பிரசுரமான பல தொகுதிகளில் இடம்பெற்றுள்ளன.

இந்தியாவிலும் வெளிநாட்டிலும் பல கருத்தரங்குகளில் கட்டுரைகள் வாசித்துள்ளார். 1973இல் அமெரிக்காவின் அயோவா பல்கலைக்கழகத்தின் எழுத்தாளர்களுக்கான சிறப்புப் பயிலரங்கில் கலந்துகொண்டவர்.

இவர் பெற்ற விருதுகளும் பாராட்டுகளும்: பாரதிய பாஷா பரிஷத் விருது (2013), சாகித்திய அக்காதெமி விருது (1996) ('அப்பாவின் சிநேகிதர்' சிறுகதைத் தொகுப்பு), தமிழ்நாடு அரசின் திரு.வி.க. விருது, என்.டி.ஆர். தேசிய இலக்கிய விருது (2012), ராம் தயாள் டால்மியா ஹார்மோனி விருது, சாந்தோம் விருது, இலக்கிய சிந்தனை விருது (1977, 1984), அக்னி அக்ஷரா விருது (1996), தேவன் நினைவு விருது, *Doctor of Letters awarded by World Academy of Art & Culture,* உறுப்பினர், தமிழ்த் திரைப்பட தகுதிச் சான்று குழு (1978-1983), ஜூரி, தேசிய திரைப்பட விழா, புதுதில்லி (1987).

அசோகமித்திரன் தனது 85வது வயதில், 23.03.2017 அன்று சென்னை வேளச்சேரியில் காலமானார்.

மனைவி: ராஜேஸ்வரி. மகன்கள்: தி. ரவிசங்கர், தி. முத்துக்குமார், தி. ராமகிருஷ்ணன்.

அசோகமித்திரனின் பிற நூல்கள்
[காலச்சுவடு வெளியீடு]

நாவல்

- ❖ 18வது அட்சக்கோடு (கிளாசிக் வரிசை)
- ❖ ஒற்றன்!
- ❖ யுத்தங்களுக்கிடையில் . . .
- ❖ ஆகாயத் தாமரை
- ❖ தண்ணீர் (கிளாசிக் வரிசை)
- ❖ கரைந்த நிழல்கள் (கிளாசிக் வரிசை)
- ❖ மானசரோவர் (கிளாசிக் வரிசை)
- ❖ இந்தியா 1944–48
- ❖ இன்று

சிறுகதை

- ❖ ஐந்நூறு கோப்பைத் தட்டுகள் (கிளாசிக் வரிசை)
- ❖ வாழ்விலே ஒரு முறை (முதல் சிறுகதைத் தொகுப்பு வரிசை)
- ❖ அழிவற்றது
- ❖ 1945இல் இப்படியெல்லாம் இருந்தது . . .
- ❖ இரண்டு விரல் தட்டச்சு
- ❖ அசோகமித்திரன் சிறுகதைகள் (முழுத் தொகுப்பு)
- ❖ அமானுஷ்ய நினைவுகள்

குறுநாவல்

- ❖ இன்ஸ்பெக்டர் செண்பகராமன்
- ❖ அசோகமித்திரன் குறுநாவல்கள் (முழுத் தொகுப்பு)
- ❖ மணல் (கிளாசிக் வரிசை)

கட்டுரை

- ❖ எரியாத நினைவுகள் (கிளாசிக் வரிசை)
- ❖ சில ஆசிரியர்கள் சில நூல்கள்
- ❖ படைப்புக்கலை
- ❖ ஒரு பார்வையில் சென்னை நகரம்
- ❖ ஆடிய ஆட்டமென்ன

அசோகமித்திரன்

இரண்டு விரல் தட்டச்சு

காலச்சுவடு பதிப்பகம்

அன்பார்ந்த வாசகருக்கு,
வணக்கம்.

காலச்சுவடு நூலை வாங்கியமைக்கு நன்றி.

நூலின் உள்ளடக்கம், உருவாக்கம், அட்டைப்படம் இன்ன பிற அம்சங்கள் பற்றிய உங்கள் கருத்துகளையும் ஆலோசனைகளையும் காலச்சுவடு வரவேற்கிறது. தகவல், எழுத்து, வாக்கியப் பிழைகள் தென்பட்டால் கட்டாயம் தெரிவித்து உதவுங்கள். நூல் தயாரிப்பில் கடும் குறைபாடு இருப்பின் மாற்றுப் பிரதி உங்களுக்குக் கிடைக்கக் காலச்சுவடு ஏற்பாடு செய்யும்.

மின்னஞ்சல்: publisher@kalachuvadu.com

காலச்சுவடு நாகர்கோவில் அலுவலகத்திற்குக் கடிதம் அனுப்பலாம்.

தங்கள்
எஸ்.ஆர். சுந்தரம் (கண்ணன்)
பதிப்பாளர் — நிர்வாக இயக்குநர்

இரண்டு விரல் தட்டச்சு ❖ சிறுகதைகள் ❖ ஆசிரியர்: அசோகமித்திரன் ❖ © ராஜேஸ்வரி, தி. ரவிசங்கர், தி. முத்துக்குமார், தி. ராமகிருஷ்ணன் ❖ முதல் பதிப்பு: டிசம்பர் 2014, ஆறாம் பதிப்பு: நவம்பர் 2023 ❖ வெளியீடு: காலச்சுவடு பப்ளிகேஷன்ஸ் (பி) லிட்., 669 கே. பி. சாலை, நாகர்கோவில் 629001

iranTu viral taTTaccu ❖ ShortStories ❖ Author: Ashokamitran ❖ © Rajeswari, T. Ravishankar, T. Muthukumar and T. Ramakrishnan ❖ Language: Tamil ❖ First Edition: December 2014, Sixth Edition: November 2023 ❖ Size: Demy 1 x 8 ❖ Paper: 18.6 kg maplitho ❖ Pages: 112

Published by Kalachuvadu Publications Pvt. Ltd., 669 K.P. Road, Nagercoil 629001, India ❖ Phone: 91-4652-278525 ❖ e-mail: publications@kalachuvadu.com ❖ Printed at Adyar Students xerox Pvt. Ltd., No. 275 Habibullah Road, Triplicane high Road, Opp Triplicane Post Office, Triplicane, Chennai 600005

ISBN: 978-93-82033-86-8

11/2023/S.No. 620, kcp 4809, 18.6 (6) uss

அப்பாவுக்கு

பொருளடக்கம்

முன்னுரை: நதிமூலம்	11
1. ஜோதிடம் பற்றி இன்னொரு கர்ண பரம்பரைக் கதை	13
2. இன்று வேண்டாத கிணறு	16
3. ஒரு நண்பனைத் தேடி . . .	21
4. அகோரத் தபசி	27
5. வாடிக்கை!	35
6. இன்றும் நண்பர்கள்	40
7. சகுனம்	44
8. வண்டு	47
9. அடுத்த முறை	51
10. கண்டம்	59
11. ஒரு நண்பன்	63
12. தந்தி	70
13. வைரம்	74
14. கோட்டை	81
15. இரண்டு விரல் தட்டச்சு	86
16. தோல் பை	93
17. முதல் குண்டுவீச்சு	99
18. உறுப்பு அறுவடை	105

நன்றி

இக்கதைகளை வெளியிட்ட *அமுதசுரபி, ஆனந்த விகடன், ஓம் சக்தி, கலைமகள், கல்கி, காலச்சுவடு, சொல்வனம், தினமணி, விஜயபாரதம்* ஆகிய பத்திரிகைகளுக்கு என் நன்றி. இக்கதைகளை எழுதியதில் எனக்கேற்பட்ட மனநிறைவு வாசகர்களுக்கும் ஏற்படுமாயின் நான் மிகுந்த மகிழ்ச்சியடைவேன்.

முன்னுரை

நதிமூலம்

சமீபத்தில் எழுதப்பட்ட கதைகளைக் கொண்ட இத்தொகுப்பில் ஐந்து 2014இல் எழுதப்பட்டன. இரு கதைகள் 'சொல்வனம்' என்ற இணையதளப் பத்திரிகைக்காக எழுதப்பட்டவை. முதல் கதை வெளியிட்டவுடன் திரு. வேலுமணி எனும் வாசகர் நான் பெயர் குறிப்பிடாது எழுதிய கோட்டை எது என்று கண்டுபிடித்துவிட்டார். திரு. ராஜேஷ் என்ற வாசகர் பொதுவாக என் எல்லாக் கதை களையும் ஆராய்ந்து, என் முக்கிய உந்துதல் எதுவாக இருக்கும் என்று அவருடைய ஊகத்தைத் தெரிவித்திருந்தார். என் கதைகளில் முப்பத்தொன்று நான் என் சிறுபிராயத்தைக் கழித்த ஊரைக் களமாகக் கொண்டவை என்று கூறி, அக்கதைகளைப் பட்டிய லிட்டிருந்தார்! அக்கட்டுரை எழுத அவர் எவ்வளவு நேரம் யோசித்திருக்க வேண்டும், தகவல்களைக் குறிப்பிட்டுக் கூற எவ்வளவு முயற்சி மேற்கொண் டிருக்க வேண்டும்? அக்கட்டுரையை எந்த அச்சுப் பத்திரிகை வெளியிட்டிருக்கும் என்று யோசித்தபோது எனக்கு உடனே விடை ஏதும் தோன்றவில்லை. திரு. வேலு மணி இன்னொன்றும் கூறினார்: நான் பிறந்த ஊரை விட்டு வந்திருக்கக் கூடாது.

பொதுவாக, புனைகதைகளைப் புனைகதை களாகவே கருதுவதுதான் எக்காலத்துக்கும் ஏற்றது. புனைகதை அரைநிஜத்தைத்தான் கூறுகிறது. அரைநிஜம் நிஜமாகாது. ஆனால் புனைகதையின் ஒரு தனிக்குணமான அந்த அரைநிஜம்தான் புனை கதைக்கு உயிரூட்டுகிறது.

சென்னை   அசோகமித்திரன்
23.10.2014

1. ஜோதிடம் பற்றி இன்னொரு கர்ண பரம்பரைக் கதை

கர்ண பரம்பரைக் கதைகளில்தான் எவ்வளவு ஜோதிடர்கள்!

இந்த ஜோதிடரும் பெரும் பாண்டித்யம் பெற்றவர். அவருடைய விரல் நுனிகளில் எண்களும் நவகிரகங்களும் விளையாடும். நவகிரகங்களோடு விளையாடுபவர்கள் கடும் விலை தரவேண்டும். ஜோதிடர் வீட்டில் எப்போதும் இல்லாமை.

குழந்தைக்காக ஏங்கிப் போயிருந்த ஜோதி டருக்கு மகன் பிறந்தான். விடிவு காலம் வந்துவிட்டது என்று ஜோதிடர் எண்ணினார். குழந்தை பிறந்த வுடன் ஜாதகப் பலன் பார்க்கக் கூடாது என்பது கடும்விதி. ஜோதிடருக்கு அசாதாரண ஆர்வம். பலன் பார்த்தார். எல்லாம் நல்லதுதான். ஆனால் மகன் திருமணம் முடித்த மறுநாள் உதயம் பார்க்க மாட்டான்.

ஜோதிடர் இடிந்து போய்விட்டார். இதை வெளியே சொல்லாமல் மகன் சிறப்பாக வளர்வதைக் கண்டு ஆறுதல் அடைந்தார்.

மகனுக்குப் பதினெட்டு வயது. அவன் அறியாதது ஏதுமில்லை என்று பெரும்புகழ் பெற்றான். நீ நான் என்று பலர் பெண் கொடுக்க வந்தார்கள். ஜோதிடர் திருமணப் பேச்சை மட்டும் வளர்க்க மாட்டார்.

ஊருக்கெல்லாம் சந்தேகம். இந்தப் பையனுக்கு இந்த ஜன்மத்தில் கல்யாணம் ஆகாது என்று முடிவு செய்தார்கள்.

பக்கத்து ஊர் ஜோதிடர். அவரும் ஏழைதான். மகா புத்திசாலியான மகள். ஊரார் பேச்சை உதறித் தள்ளிவிட்டு அவர் ஜோதிடர் மகனுக்குப் பெண்ணைத் தர முன்வந்தார்.

"உங்களைச் சந்தித்ததில் மிகுந்த மகிழ்ச்சி. உங்கள் பெண் எங்கள் வீட்டு மருமகளாவதற்கு நாங்கள் கொடுத்து வைத்திருக்க வேண்டும். ஆனால் முடியாது."

"ஏன்?"

"என் மனசாட்சி இடம் தராது."

"தங்கள் மகனுக்கு ஏதாவது தீராத நோயோ?"

"அப்படியிருந்தால்கூடப் பரவாயில்லை. மருத்துவம் செய்யலாம். குணப்படுத்தியும் விடலாம். அப்படி இல்லையே?"

"சரி, ஜாதகத்தைக் கொடுங்கள்."

"எனக்கு மனம் ஒப்பவில்லை."

"பையனைப் பார்த்துவிட்டேன். ஜாதகத்தைக் கொடுங்கள்."

"எப்படிச் சொல்வது? வாய் கூசுகிறது."

"சொல்லுங்கள்."

"அவனை மணந்துகொள்பவள் திருமணத்துக்கு அடுத்த நாள் விதவையாகிவிடுவாள்."

"என் பெண்ணுக்கு நல்ல மாங்கல்ய பலம் இருக்கிறது. சரி என்று சொல்லுங்கள்."

திருமணம் நடந்தது.

அன்றிரவு மணமகனுக்கு வயிறு சரியில்லை. மணமகளிடம் கூறிவிட்டுக் கொல்லைப்புற இருட்டில் போனான். கைகால் கழுவிக்கொண்டு திரும்ப இருந்தபோது அவன் முன் ஒரு பெரிய மலைப்பாம்பு.

"நீ தர்மவான். உன் தந்தை மாமனார் எல்லாருமே தர்மவான்கள். இருந்தாலும் நீதான் இன்று எனக்கு உணவு. உன்னை விழுங்கப் போகிறேன்."

"நான் தாலி கட்டி இன்னும் அறுபது நாழிகை கூட ஆகவில்லை."

"என்ன செய்வது? ஆனால் நீதான் இன்று என் உணவு."

“அந்தப் பெண் விஷயம் தெரியாது தவித்துவிடுவாள். நான் அவளிடம் சொல்லிக்கொண்டு வந்து விடுகிறேன்.”

மலைப்பாம்புக்கு மனிதர்களின் நேர்மையை எடையிட முடியும். “சரி” என்றது.

மணமகன் மனைவியிடம் விஷயத்தைச் சொன்னான்.

“வாக்குத் தவறக் கூடாது. எதற்கும் உங்கள் கூட நான் வருகிறேன்.” ஒரு சிறு குடத்தில் ஓர் அகல்விளக்கை ஏற்றிவைத்துக் கொண்டு கிளம்பினாள்.

இருவரும் பாம்பிடம் சென்றார்கள். பாம்பு மணமகனை விழுங்க வாயைத் திறந்தது.

அப்போது மணப்பெண் அகல் விளக்கை அணைத்துவிட்டாள். “ஐய்யோ!” என்று பாம்பு அலறியது. அந்தப் பெண்ணை உற்றுப் பார்த்தது.

உணவருந்தும்போது விளக்கு அணைந்துவிட்டால் மேற்கொண்டு உண்ணக் கூடாது என்பதும் கடும் விதி. “நீங்கள் நீடுழி வாழுங்கள்!” பாம்பு சென்றுவிட்டது.

அடுத்த நாள் காலை. மகனும் மருமகளும் மலர்ந்த முகத்தோடு வெளியே வந்தார்கள். இரவு என்ன நடந்தது என்று வேறு யாருக்கும் தெரியாது.

ஜோதிடருக்கு மகன் உயிரோடு இருப்பதில் மகிழ்ச்சி இருந்தாலும் ஜோதிடம் பொய்யா என்று மனம் கலங்கியது. ஆயுள் முழுதும் ஏதோ ஒன்றை நம்பி வாழ்ந்தது திடீரென்று அது ஆதாரமற்றதென்றால்?

அவருடைய மகனின் மாமனார், “நீங்கள் கடைசி வரை ஜாதகமே தரவில்லை. எதற்கு என்று தெரியும். ஆனால் இப்போது தரலாமல்லவா?” என்றார். மேலும் அவர் கூறினார்.

“தங்கள் மகனுக்கு மரண அபாயம் இருந்தது உண்மைதான். ஆனால் நீங்கள் என் மகளின் ஜாதகத்தையும் பார்த்திருக்க வேண்டாமா?”

ஜோதிடர்கள் கிரகங்களையும் ராசிகளையும் ஆராய்ந்து கொண்டிருந்தார்கள். எங்கோ தூரத்தில் ஒரு மலைப்பாம்பு இரையைத் தேடிப் போய்க் கொண்டிருந்தது.

பிப்ரவரி 2011 — ***அமுதசுரபி***

2. இன்று வேண்டாத கிணறு

அவனுக்கு முதலில் நம்ப முடியவில்லை. முப்பது நாற்பது வருஷமாக இருந்த கிணற்றையா மூடப்போகிறார்கள்?

"கிணறை மூடாம புது வீட்டைக் கட்ட முடியாதா?"

"முடியாதாம்ப்பா. கிணத்தை மனை நடுவில தோண்டி இருக்கு. பத்துப்பதினைந்து அடி அடிபட்டுப் போயிடும். புது வீடும் ரொம்பச் சின்னதாயிடும்."

அவனுக்கு வருத்தமாக இருந்தது. அந்தக் கிணற்றின் வரலாறு மகனுக்குத் தெரியாது. அதற்கு அந்த மனையின் வரலாறு தெரிந்திருக்க வேண்டும்.

அந்த மனை வாங்கியபோது சுற்றுவட்டாரத்தில் வீடுகளே கிடையாது. முதலில் எது யாருடைய மனை என்றும் சொல்ல முடியாது. ஒரு மைல் சென்று ஒரு கடையில் நான்கு கருங்கல் தூண்களை வாங்கி ஒரு கைவண்டி வைத்து மனைக்கு எடுத்து வந்தான். வேலி கட்டத் தூண் வாங்கியாயிற்று. ஆனால் எப்படி அவற்றைப் புதைப்பது?

கல்லைப் புதைப்பதற்கு மீண்டும் ஆளைத் தேடிப் போனான். கல்லை எடுத்து வந்த வண்டிக்காரர் கடப்பாறை இருந்தால் அவரே புதைத்து விடுவேன் என்றார். அவன் கடப்பாறைக்கு எங்கு போவான்?

எல்லைக் கற்களை வாங்கிய கடைக்கு மீண்டும் போனான். சாப்பாட்டு நேரமென்று கடையை

அசோகமித்திரன்

மூடிக்கொண்டு போய்விட்டார்கள். மூன்று மணி வரை காத்திருந்தான். மனையில் எல்லைக் கற்களைப் பதித்துவிட்டு, வீடு திரும்பியபோது மணி இரவு ஒன்பது.

அப்படிப் பாடுபட்டுப் பதித்து வைத்த தூண்களை ஒரே வாரத்தில் ஒரு அடாவடிக் கும்பல் பிடுங்கிப் போட்டதாக அறிந்தான். அவன் மனையோடு இன்னும் பத்துப்பன்னிரண்டு மனைகள் வேறு யாருக்கோ சொந்தமாம்! யார் அது? அவனுக்கு மனையை விற்றவர் பத்து ஆண்டுகளுக்கு மேலாக அந்தச் சொத்தை அவரிடமே வைத்திருந்தார். அப்போதில்லாத வில்லங்கம் இப்போது எப்படி வந்தது?

அவன் குடி இருந்த வீட்டுக்கும் மனை இருந்த இடத்துக்கும் பத்து மைல் இருக்கும். ஒரு தடவை போய்ப் பார்ப்பதற்கு இரு வாரங்கள் முன்பே திட்டமிட வேண்டும். ஆனால் அந்த இடம் நான்கைந்து ஆண்டுகளுக்குள் பெரிதாக வளர்ந்துவிடும் என்று விஷயம் தெரிந்த எல்லாரும் சொன்னார்கள். நில அபகரிப்பு செய்யும் கூட்டத்துக்கும் இது தெரிந்திருக்கும். பத்துப்பேர் கொண்ட கூலிப்படை! ஆளுக்குப் பத்து ரூபாயென்றாலும் நூறு ரூபாய்! நூறு ரூபாய் செலவழித்து ஒருவன் எல்லைக் கற்களைப் பிடுங்கிப் போட்டிருக்கிறான். இந்த 1990ஆம் ஆண்டில் பலருக்கு அது ஒரு மாதச் சம்பளம்.

நிலம் வாங்கியதே தவறு, வீண் என்று ஒரு மாதிரி மனத்தைச் சமாதானப்படுத்திக் கொள்ளச் சில காலம் ஆயிற்று. ஒருநாள் ஏதோ தோன்றி மனைப் பக்கம் போனான். சுற்றுவட்டாரத்தில் இரண்டு வீடுகள் பாதி கட்டப்பட்ட நிலையில் காணப்பட்டன. விசாரித்தான். ரவுடிகள் விஷயம் போலீசுக்குப் போய் கோர்ட்டுக்கும் போய் நில அபகரிப்புக்காரர்கள் விரட்டி விடப்பட்டார்கள். இனி எந்தத் தொல்லையும் இல்லை.

மீண்டும் ஒருமுறை கருங்கல் தூண்கள் வாங்கி வந்து இம்முறை கம்பி வேலியே கட்டிவிட்டான். அதன் பிறகுதான் கிணறு வெட்டத் தீர்மானித்தது.

மனை சற்றுப் பெரிய மனை. பிற்காலத்தில் ஒரு பாதியை விற்கவும் விற்கலாம். அதை மனத்தில் வைத்துக் கிணற்றுக்கு இடம் தேடியது. கடைசியில் அந்த நிபுணர் ஓரிடத்தைத் தேர்ந்தெடுத்தார். வேறு எந்த இடத்தில் தோண்டினாலும் மிகவும் கீழே போய்விடும் என்றார்.

அவர் உண்மையிலேயே நிபுணர். பத்தே அடியில் தண்ணீர் வந்தது. வாளி வாளியாக இறைத்துக் கொட்டித்தான் இன்னும் பத்தடி தோண்டியது.

சிறுகதை தொகுப்பு

ஆனால் அதை அனுபவிக்க உடனே வீடு கட்ட முடிய வில்லை. வருடக்கணக்கில் அந்தக் கிணறு ஊராருக்குத்தான் தண்ணீர் கொடுத்தது. தினம் வண்டி கொண்டுவந்து எடுத்துப் போவார்கள் என்று சொன்னார்கள். அவனே ஒரு சிறு வீடு கட்டத் தொடங்கியபோதும் தண்ணீர் வண்டிகள் வந்தவண்ணம் இருந்தன. அவற்றைத் தடுத்து நிறுத்தச் சிறிது காலம் பிடித்தது.

வீடு சின்னதுதான். ஆனால் முன் வாயிலிலிருந்தே வீட்டுக்குப் பின்னால் இருக்கும் கிணறு தெரியும். அதை மிகவும் விசேஷமாக எல்லாரும் சொன்னார்கள். முறையான வீடு என்றால் வாசலில் இருந்து பார்த்தால் கிணறு தெரிய வேண்டும். சின்னதானாலும் சௌகர்யமான வீடு.

அவனுக்குச் சொந்த வீட்டில் வசிக்கும் யோகம் இல்லை. அவன் ஆபீசுக்குப் போவதற்கும் இரு மகன்கள் ஒரு மகள் கல்லூரிகளுக்குப் போவதற்கும் அவர்கள் வசித்து வந்த வாடகை வீடுதான் வசதியாக இருந்தது. ஆதலால் கட்டின வீட்டை வாடகைக்குத்தான் விட வேண்டியிருந்தது.

அது லேசில் சாத்தியமாகவில்லை. முக்கியக் காரணம், பொறுப்பாக வீட்டைக் காட்டி வாடகை பேச அங்கு யாரும் கிடைக்கவில்லை. ஒருமுறை ஒரு ஞாயிற்றுக்கிழமை அவனே அங்கு திண்ணையில் நாளெல்லாம் உட்கார்ந்திருந்தான். யாரும் வரவில்லை. வீடு மாதக்கணக்கில் பூட்டியிருந்ததில் மின்சார இணைப்பை வெட்டிவிட்டார்கள். கடைசியில் ஓர் உறவினரே வந்தார். அவருக்கு அந்த வீடு போதும். அவரே அபராதம் கட்டி மின் இணைப்பைப் பெற்றார். வாடகை குறைவுதான். ஆனால் வீட்டைப் பற்றிக் கவலை இல்லாமல் இருக்கலாம்.

உண்மையில் அவர் எந்தத் தொந்தரவும் தரவில்லை. 'தண்ணீர் இழுப்பது சிரமமாக இருக்கிறது, நானே மோட்டார் போட்டுக்கொண்டு வாடகையில் கழித்துக் கொள்கிறேன்' என்றார். அப்படியே ஒரே வாரத்தில் ஒரு சின்டெக்ஸ் டாங்க் பொருத்தி ஐந்தாறு இடங்களில் குழாய் போட்டுக்கொண்டார். அவர் வாங்கின மோட்டார் அப்போது பிரபலமாக இருந்த ஒரு நிறுவன மோட்டார். அவரிடம் மோட்டாரை மட்டும் வீட்டுக்கு உள்ளேயே போட்டுக்கொள்ளச் சொன்னான். 'நானே அப்படித்தான் நினைத்திருந்தேன்', என்று அவர் சொன்னார். அவர் அருகிலிருந்த தொழிற்சாலையில் வேலை பார்த்துக் கொண்டிருந்தார். அதற்கு முன்பு ஒரு வீட்டில் ஒரு சிறு பகுதியில் குடி இருந்த அவருக்கு ஒரு தனி வீட்டில் வசிக்க வந்ததில் மிகுந்த மகிழ்ச்சியும் பெருமையும் இருந்தது. மேலும் அவர் முன்பு கொடுத்த வீட்டு வாடகையில் இப்போது பாதிகூடக்

கிடையாது. ஆனால் அக்கம் பக்கத்துக்காரர்களுக்குத்தான் வருத்தம். அவர் மோட்டார் போட்ட உடனேயே கிணற்று ராட்டினத்தை எடுத்துவிட்டார். இனி வெளியார் யாரும் முன்பு போலத் தண்ணீர் பிடித்துக்கொண்டு போக முடியாது.

பத்தாண்டுகள். மகன்கள் படித்து ஒருவன் வெளிநாட்டில் வேலை பார்க்கிறான். பெண் பெங்களூருவில் இருக்கிறாள். சொத்து பிரிப்பதைப் பற்றி நினைக்கும் நேரம். வீட்டை இடித்து நான்கு ஃப்ளாட்டுகளாகச் செய்துவிடலாம் என்று மகன்கள் தீர்மானித்து ஒரு வீடு கட்டும் கான்டிராக்டரையும் ஏற்பாடு செய்துவிட்டார்கள்.

அவனுக்கு வாடகைக்காரரைக் காலி செய்யச் சொல்ல மிகவும் வருத்தமாக இருந்தது. எவ்வளவு பொறுப்போடு வீட்டைப் பார்த்துக் கொண்டார்! வாடகை குறைவு என்பார்கள். ஆனால் அவர் செய்திருந்த உதவிக்கு வாடகையே வாங்கக் கூடாது.

மூன்று மாதங்கள் அவகாசம் கேட்டார். ஆனால் இரண்டே மாதங்களில் காலி செய்துவிட்டார். அவர் போன வீட்டுக்கு மூன்றத்தனை வாடகை. ஆனால் அவர் சொன்ன பேச்சு தவறவில்லை.

உடலே சரியில்லை. எப்போதும் லேசாக ஜுரம் அடித்துக் கொண்டிருந்தது. டீபீயாகக்கூட இருக்கலாம். யாரிடமும் சொல்லிக்கொள்ளாமல் இடிக்கப் போகிற வீட்டைக் கடைசி முறையாகப் பார்க்கப் போனான்.

அந்த இடத்தை நெருங்கும்போது அவன் உடல் பதறத் தொடங்கியது. அவன் எல்லைக் கற்களைப் பதித்த நாளன்று எப்படி எல்லாம் தவித்தான்! எல்லைக் கற்களைப் பிடுங்கிப் போட்டார்கள் என்று அறிந்தபோது எப்படியெல்லாம் அவதிப் பட்டான்! கிட்டத்தட்ட நாற்பது ஆண்டுகள் ஆகிவிட்டன. எவ்வளவு நீண்ட காலம்!

வீடு பூட்டிக் கிடந்தது. சுற்று முற்றெல்லாம் ஒரே புல்லும் புதருமாக இருந்தது. ஒரு மாதந்தான் காலியாக இருந்திருக்கிறது. ஆனால் அதற்குள் பாழ் வீடு மாதிரியாகிவிட்டது.

அவன் கிணற்றைப் பார்த்தான். சுற்றுச் சுவர்மேல் கம்பி போட்டு மூடியிருந்தது. அந்த வெயிற்காலத்திலும் கிணற்றில் தண்ணீர் இருந்தது. மோட்டார், வீட்டு உள்ளே இருக்கும்.

அவன் அந்தக் கிணற்றிலிருந்து சிறிது தண்ணீர்கூட எடுத்துக் குடிக்க முடியாது.

அவன் வீட்டைச் சுற்றி வந்தான். வீட்டைக் கட்டும்போது பத்து மைல் இரண்டு பேருந்து மாறி ஏகப்பட்ட தூரம் நடந்தும் எவ்வளவு முறை வந்திருப்பான்! இப்போது அந்த வீடு தரைமட்டமாகப் போகிறது.

அவன் மீண்டும் கிணற்றை எட்டிப் பார்த்தான். கிணற்றை மூடிக் கம்பி போடாமல் இருந்தால் அவன் ஒருவேளை கிணற்றுக் குள் குதித்திருக்கவும் கூடும்.

அவன் கிணற்றுப் பக்கத்தில் உட்கார்ந்தான். அதுதான் எவ்வளவு லட்சம் பேருடைய தாகம் தீர்த்திருக்கிறது, எவ்வளவு பேர் இந்தத் தண்ணீரை வைத்துச் சமையல் செய்திருப்பார்கள்! குளித்திருப்பார்கள்! இன்னும் சில நாட்களில் அந்தக் கிணற்றை மூடி விடப் போகிறார்கள்.

கடைசி முறையாக, கிணற்றை எட்டிப் பார்த்தான். பிறகு வீடு திரும்பப் பேருந்து நிலையம் திசையில் நடந்தான். உடலில் முன்பு இருந்த விறுவிறுப்பு இப்போது இல்லை. நினைத்துக் கொண்டான். கிணற்றுக்கு நாற்பது வயது என்றால், அவன் வயதும் நாற்பது ஆண்டுகள் கூடிவிட்டிருக்குமல்லவா!

22.07.2014 கல்கி

3. ஒரு நண்பனைத் தேடி . . .

நான் அந்த ஊரைவிட்டு வந்த பிறகு மீண்டும் அங்கு போக வேண்டிய அவசியம் பல ஆண்டுகள் கழித்தே வந்தது. என் நண்பர்கள், உறவினர்கள் பலர் என்னைப் போலவே எங்கெங்கோ போயிருந்தார்கள். எனக்கு ஆச்சரியமாக இருந்தது. நான் பிறந்து வளர்ந்த ஊரில் ஒரு பழைய நண்பனும் கிடைக்கவில்லை!

ஒரு காலத்தில் ஊரின் ஒவ்வொரு சந்து பொந்திலும் எனக்குத் தெரிந்தவர்கள் இருந்தார்கள். இன்று பல சந்துகள் அகலப்படுத்தப்பட்டுவிட்டன. தெருக்களும் விசாலமாகிவிட்டன. அதனால் பல வீடுகள் இடித்துத் தள்ளப்பட்டிருக்கும். போக்லின் வண்டி, லாரிகள், போலீஸ், சண்டை, கைது, வைதல், தெருவில் சாமான்கள் இரைபட்டிருப்பது ... நகர வளர்ச்சி என்பது ஈவிரக்கமற்றது. நாம் எதற்காக இத்தகைய வளர்ச்சியைத் தேடிப் போகிறோம்? இருக்கும் ஊரை அப்படியே விட்டுவிட்டு நகரத்தை விரிவாக்க முடியாதா?

எனக்கு அதிக நேரம் இல்லை. ஐந்து மணிக்கு ரயிலைப் பிடிக்க வேண்டும். அதற்குள் பள்ளிச் சிநேகிதன் அல்லது கல்லூரி நண்பன் ஒருவனையாவது சந்திக்க வேண்டும். ஏன் ஒரு முழுநாள் இதற்கு ஒதுக்கும்படியாக எனக்கு நேரவில்லை?

நான் கீஸ் பெண்கள் பள்ளியருகே நின்று கொண்டு என்ன செய்வதென்று புரியாது விழித்தேன். அந்தப் பள்ளியில்தான் என் சகோதரிகளில் ஒருத்தி படித்தாள். பள்ளி ஆண்டு விழாவில் அவள்

பாடும் நிகழ்ச்சி ஒன்று இருந்தது. அதற்காக எங்கள் வீட்டுக்கு இரண்டு இலவச டிக்கட் கொடுத்திருந்தார்கள். நானும் என் அம்மாவுமாகப் போனோம்.

ஆனால் ஊரில் போக்கிரிகள் என்று அறியப்பட்ட நபர்கள் பத்து பேராவது இருந்தார்கள்! இவர்களுக்குச் சீட்டு யார் கொடுத்தது? இப்படி யார் வேண்டுமானாலும் நுழைந்துவிடலாம் என்று தெரிந்திருந்தால் அப்பாவையோ அக்காவையோ அழைத்து வந்திருக்கலாம். ஒரே இரைச்சல். அதற்கு நடுவில் என் அக்கா மீரா பஜன் பாடினாள். எங்கள் வரை அது மிகவும் நன்றாக இருந்தது. ஆனால் யாரும் கேட்க முடியாதபடி ஒரே கூச்சல், குழப்பம். ஒரு பெண்கள் பள்ளியில் இப்படி எல்லாம் நடக்கக்கூடும் என்று அறிய எங்களுக்குப் பயமாக இருந்தது.

அன்று சாதாரண நாள். கீஸ் பள்ளியில் ஒழுங்காக வகுப்புகள் நடந்து கொண்டிருந்தன. எனக்கு ஆண்டு விழாதான் நினைவில் இருந்தது. அவ்வளவு குழப்பத்துக்கிடையில் பாட ஒத்துக்கொண்ட என் சகோதரி முழுப் பாட்டையும் பாடியிருக்கிறாள்!

அந்த நாற்சந்தி அருகில் யாரோ உண்டே? எனக்கு மதன் நினைவு வந்தது. ஐந்தே நிமிடங்களில் அவன் வீடு இருந்த இடத்துக்குப் போய்விட்டேன்.

ஆனால் அவன் எங்களோடு விளையாடிய நாட்களில் இருந்தபடி அவன் வீடு இல்லை. அன்று அது மிக விசாலமான இடம். பெரிய கேட். அது ஒரு பக்கம் உடைந்து எப்போதும் திறந்தே இருக்கும். நுழைந்த உடனே ஒட்டியபடி இரு வீடுகள். ஓட்டு வீடு என்றாலும் உறுதியாக, அழகாக இருக்கும். சற்றுத் தள்ளி இன்னும் இரு வீடுகள். அதில்தான் மதனும் அவன் அம்மா, அக்காவும் இருந்தார்கள். நன்றாக இருந்த இடத்தை இரு சட்டைக்காரக் குடும்பங்களுக்கு வாடகைக்கு விட்டிருந்தார்கள். எந்த நேரமும் இடிந்துவிழும் என்ற இடத்தில் மதன் குடும்பத்தார் இருந்தார்கள்.

நான் மதன் வீட்டிற்கு மூன்று, நான்குமுறை போயிருப்பேன். அப்பா கிடையாது. மதனின் அம்மா அவருடைய இரண்டாம் மனைவி. நான் மதனின் சகோதரிகளைப் பார்த்திருக்கிறேன். அவர்கள் எல்லாருமே வித்தியாசமாக இருந்தார்கள். வம்பு பரப்புவதில் மன்னன் என்று பாலுதான் சொன்னான். அந்தக் குடும்பத்தில் எல்லாருக்கும் குஷ்டம்!

நான் என் அப்பாவைக் கேட்டேன். "சர்ச்சுக்கு எதிர் வீடுதானே, அவங்களுக்கு வெண்குஷ்டம். அவ்வளவுதான்" என்றார்.

எனக்கு அப்போதும் பெரிதாகப் புரியவில்லை. ஒன்றைக் கவனித்தேன். மதன் எப்போதும் முழுக்கைச் சட்டைதான் போடுவான். அவன் சகோதரிகளுக்கு முகத்திலும் வெண்மை பரவியிருந்தது. ஆனால் இலட்சணமாகவும் மரியாதையாகவும் இருப்பார்கள். அவர்கள் அதிகம் வெளியே வருவதில்லை. எல்லாருடைய படிப்பும் பாதியில் நின்றது.

மதனும் நான் படித்த பள்ளியில் படிக்கவில்லை. ஆனால் நாங்கள் மைதானத்தில் விளையாடக் கூடினவுடன் எங்கிருந்தோ ஓடி வந்துவிடுவான். அவனால் எல்லா ஆட்டங்களையும் நன்றாக ஆட முடிந்தது. எப்போதும் அவன் இருக்கும் கோஷ்டி ஜெயித்துவிடும்.

அவன் வசித்த இடம் இப்போது மிகவும் மாறியிருந்தது. கேட் போய்விட்டது. மூன்று நான்கு புதிய மாடிக் கட்டடங்கள் எழும்பியிருந்தன. மதனைப் பற்றி யாரை விசாரிப்பது?

நான் அங்கு சுற்றிச் சுற்றி வந்தேன். நான் ஒரு பகல் திருடன் என்றுகூட யாராவது நினைத்திருக்கக்கூடும்.

அப்போது காவல்காரன் என்று சொல்லக்கூடிய ஒருவன் வந்தான். "யாரைத் தேடுகிறீர்கள்?" என்று கேட்டான்.

"இந்த இடத்தின் பழைய சொந்தக்காரர்கள் என்று யாராவது இருக்கிறார்களா?"

"எல்லாம் ஃப்ளேட்ஸ். நீங்க சொல்லறபடி எனக்குத் தெரியாது."

"இங்கே யார் ரொம்ப வயசானவங்க?"

"இப்போ தூங்கிண்டு இருப்பாங்க."

"நான் இன்னும் இரண்டு மணியில் ஊரை விட்டுக் கிளம்ப வேண்டும். எந்த மாடின்னு சொன்னா நான் விசாரிக்கறேன்."

அந்த ஆளுடன் ஒரு வீட்டின் மாடிக்குச் சென்றேன். அவன்தான் மணியை அழுத்தினான். ஒரு வயதான அம்மாள் கதவைத் திறந்தாள். "இவரு யாரையோ தேடிண்டு வந்திருக்கிறாரு."

"யார் வேணும்..?"

"மதனகோபால். அவன் இங்கேதான் பத்துப் பதினைந்து வருஷங்கள் முன்னாலே இருந்தான். அவன் அம்மா, மூணு அக்கா..."

சிறுகதை தொகுப்பு

“அம்மா பேர் பார்வதி.”

“அது தெரியாது. அவங்க யாருமே எங்கேயுமே வெளியே போகமாட்டாங்க.”

“நீங்க யாரு ..?”

“நான் மதனுக்கு நண்பன்.”

அந்த அம்மாள் என்னை ஏற இறங்கப் பார்த்தாள்.

“உங்களுக்கு ரெஜிமெண்டல் பஜார் போஸ்ட் ஆபீஸ் தெரியுமா?”

“தெரியும்.”

“அங்கே போங்க. உங்க மதன் அங்கே போஸ்டல் ஸார்ட்டராக இருக்கிறார்.”

நான் அந்த போஸ்ட் ஆபீஸுக்கு ஓடினேன். “இப்போ ரிஜிஸ்ட்ரேஷன் மூடியாச்சு” என்று ஒருவர் சொன்னார்.

“நான் மதனகோபாலைத் தேடிக்கொண்டு வந்தேன்.”

“மதனகோபால்..!” என்று அவர் அழைத்தார். போஸ்ட் ஆபீஸ் உடையில் மதன் வந்தான்.

“மதன்..!”

மதனுக்கு என்னை அடையாளம் சொன்னேன். “எப்படி இருக்கே? அம்மா அக்காவெல்லாம் எங்கே இருக்காங்க? நீ ஏன் இங்கே இப்படி ... அந்த வீடே உங்கள் வீடுதானே.”

“வா, டீ குடிக்கிறீங்களா ..?”

“அது என்ன நீங்கள் நாங்கள்? முதல்லே உன் விஷயத்தைச் சொல்லு.”

“அதெல்லாம் உங்களுக்கு எதுக்கு?”

“அதென்ன அப்படிச் சொல்லறே? அம்மா சௌக்கியமா? ஏன், நான் வந்தது சரியில்லையா? என்னைப் பாக்கப் பிடிக்கலையா?”

“எங்க அம்மா இரண்டாம் மனைவி. தெரியுமில்லே?”

“ஏதோ கொஞ்சம் தெரியும் ...”

“எங்க பெரியம்மா வீட்டுக்காரங்க எங்களை அங்கேந்து துரத்திட்டாங்க. நாங்க வேறே வீடு பாத்தோம். ஆனா அது ஊர் நடுவிலேதான் கிடைச்சது. முதல்லெ நாங்க இருந்த மாதிரி ஒதுக்குப்புறமா இருக்காது. நீ எங்க பழைய வீட்டுக் கிணத்தைப் பாத்திருக்கே, இல்லே?”

“தெரியாது. நான் பாத்ததில்லெ.”

“வெளிலேந்து தெரியாது. ரொம்பப் பின்பக்கம். ரொம்பப் பெரிய கிணறு. நிறையத் தண்ணி.”

மதன் சிறிது நேரம் மௌனமாக இருந்தான். திடீரென்று விம்மி விம்மி அழ ஆரம்பித்தான். நான் “அழாதே . . . அழாதே . . .” என்று மட்டும் சொன்னேன்.

“நாங்க சாமானெல்லாம் அனுப்பிச்சிட்டோம். காலையிலே பாத்தா எங்க அக்கா யாரையும் காணோம். யாரோ கிணத்துப் பக்கம் போயிருக்காங்க. ‘ஓ’ன்னு கத்தினாங்க. நான் ஓடிப் போய்ப் பாத்தேன். மூணு பேரும் ஒத்தரை ஒத்தர் கட்டிண்டு கிணத்துலே கிடந்தாங்க.”

நான் திகைத்து நின்றேன். மதன்தான் பேசினான். “அவுங்களுக்கு ஊர் நடுவிலே இருக்கறது பிடிக்கலை. இந்த வெள்ளையா அங்கே இங்கே எனக்கும்தான் இருக்கு. ஆனா அவுங்க பெண்ணில்லையா?”

“உனக்கு உங்க பெரியம்மா வீட்டிலேந்து பணம் ஒண்ணும் தரலியா?”

“எங்களுக்கு அதெல்லாம் தெரியாது. நானும் அம்மாவும் இருக்கோம்.”

“நீ ரொம்ப நன்னா ஆடுவே.”

நான் சொன்னது பொருத்தமே இல்லை என்று எனக்குத் தெரியும். ஆனால் நண்பனைப் பற்றி அப்போது அது ஒன்றுதான் முன்னே நின்றது.

“டீ சாப்படறியா ..?”

நாங்கள் இருவரும் சேர்ந்து டீ சாப்பிட்டோம். அவன் முதன்முறையாக என்னைக் கேட்டான். “நீ ஏன் ஊரை விட்டே போயிட்டே?”

“இதுக்குப் பதிலே கிடையாதுப்பா.”

இரண்டு பேரும் சங்கடப்பட்டுக் கொண்டிருந்தோம். "சரி, நான் வரேன்" என்றேன்.

"நான் கூட வரணுமா?"

"வேண்டாம். ரூம்லே இன்னும் இரண்டு பேர் இருக்காங்க. கணக்கு வழக்கு எல்லாம் இருக்கு."

இரயில் கிளம்பிய பிறகுதான் நினைவுக்கு வந்தது. நான் அவனை அந்த போஸ்டாபீஸ் முகவரியில் எப்போது வேண்டுமானாலும் தொடர்பு கொள்ளலாம். அவன் என் முகவரியைக் கேட்டுக்கொள்ளவில்லை.

தீபாவளி மலர் 2012 ஓம் சக்தி

4. அகோரத் தபசி

எனக்கு இருபத்தைந்து வயதாகும்போது என் நண்பர்களைவிட என் உறவினர் வீடுகளைத்தான் நான் அதிகம் நாடிப் போக வேண்டியிருந்தது. ஒரு காலகட்டத்தில் என் நெருங்கிய நண்பர்களாக இருந்தவர்களில் பலர் அற்பாயுளில் இறந்திருக் கிறார்கள். சிலர் வேறூரில் வேலை தேடிப் போயிருக் கிறார்கள். என்னை என் வீட்டில் வந்து பார்க்கும் நண்பர்கள் மிகவும் குறைவு. ஆனால் நான் மீண்டும் சந்திக்கத் தேவையே இல்லாத தற்செயல் சந்திப்பு மனிதர் ஓரிருவர் என்னிடம் ஏதேதோ எதிர்பார்த்து வீடு தேடி வந்து விடுவார்கள்.

அந்த நாளில் நான் ஒன்றடுத்து ஒன்றாக ஆன்மிகவாதிகளைச் சந்திப்பது கிட்டத்தட்ட முழுநேரப் பணியாகியிருந்தது. என் சிக்கல்கள் சில தீரவே தீராது என்பது போலத் தோன்றின. ஒரு கணம் நடப்பது நடந்தே தீரும் என்று நான் இருந்தாலும் இன்னொரு கணம் ஏதோ சக்தி இச்சிக்கல்களைத் தீர்த்துவிடாதா என்றும் நினைக்கத் தோன்றும். ஆன்மிகவாதிகள் மூலம் பிரச்னை தீர்ந்தது என்று சொல்வோர் நிறையவே இருந்தார்கள். பிரச்னை தீர்ந்துவிட்டால் ஏன் மீண்டும் மீண்டும் வருகிறார்கள்? வருபவர்களில் முக்கால்வாசி ஒரு ஆன்மிகவாதியிடமிருந்து மிகவும் மாறுபட்ட இன்னொரு ஆன்மிகவாதியிடமும் காணப்படுவார்கள். நான் எல்லோரும் ஓர் இலக்கை நோக்கித்தான் பயணிக்கிறார்கள் என்று நம்பினேன். தியானம், ஜபம் என்று உட்கார்ந்தவர்களைவிட உரக்கத் தோத்திரம் செய்யும் குழுக்களையும்

இறைவனைப் புகழ்ந்து பாடுபவர்களையும் நான் நாடிச் சென்றேன். இது யதார்த்தத்திலிருந்து தப்பிச் செல்வது என்று கூறலாம். ஆனால் யதார்த்தம் அவ்வளவு துல்லியமாகத் தெரிந்துவிடுகிறதா?

நான் அந்த மனிதனை ஒரு பஜனை மடத்தில்தான் பார்த்தேன். எல்லோரும் கிருஷ்ணா ராமா என்று பாடினால் இவன் சைகல் பாட்டுகளைப் பாடினான். சைகல் பாட்டு இந்தி அல்லது உருதுவில். எதைப் பற்றிக் கூறுவதாக இருந்தாலும் அந்த மனிதன் அப்பாட்டுகளைப் பாடும்போது கேட்போர் மனதை அவை எங்கெங்கோ அழைத்துச் சென்றன. அதிலும் அவன் 'பாபுலு மோரா' என்ற பாட்டைப் பாடும்போது மனம் அன்றுவரை அறியாத எல்லைகளுக்கு இழுத்துச் செல்லப்படும்.

கண்ணன்தான் ஓடி ஒளியும் கடவுள். அவன் கடவுள் மட்டும்தானா? நண்பன், சேவகன், காதலன், எஜமானன், குழந்தை... பாபுலு மோரா, நீ எங்கு இருக்கிறாய், நீ என்னையும் அழைத்துப் போடா, எனக்கு வழிகாட்டு, என் குருட்டுக் கண்களைத் திறந்து விடு...

என் மூடிய கண்களிலிருந்து தாரை தாரையாகக் கண்ணீர் பெருகிக் கொண்டிருந்தது. எனக்கு மட்டும் என்றில்லை, வேறு பலரும் அவன் பாட்டைக் கேட்டு அவர்களையறியாது கண்ணீர் உகுத்துக் கொண்டிருந்தார்கள்.

எனக்கு இந்த அனுபவத்தைத் தந்தது அவன்தானா? இல்லை நான் காலம் காலமாகக் கண்ணனுக்கு ஏங்கிக் கொண்டிருந்ததாலா? பாடியவன் வெறும் ஒரு கருவிதான். வேறு எவனாவது மிகவும் மோசமாக இப்பாட்டைப் பாடியிருந்தால்கூட என் கண்ணில் கண்ணீர் பெருகியிருக்குமோ?

சத்ய ஸாய் பாபா சென்னை வந்திருந்தார். முந்திய முறை அவர் முர்ரேஸ் கேட் சாலையில் தங்கியிருந்தார். அவர் வரும்போதெல்லாம் விரிவான கோஷ்டி கானம் நடக்கும். அவர் இம்முறை ஆபட்ஸ்பரியில் தங்கித் தரிசனம் தந்து கொண்டிருந்தார். ஆபட்ஸ்பரி செல்ல தி. நகர் பஸ் நிலையத்திலிருந்து போவது எளிது.

நான் அங்கு சென்றபோது அந்த சைகல் மனிதன் அவன் மனைவி, மக்களுடன் காத்துக் கொண்டிருந்தான். நான் இலேசாகப் புன்னகை புரிந்தேன். அவன் அதைக் கவனிக்க வில்லை. நாங்கள் எல்லோரும் ஒரே பேருந்தில் ஏறினோம், ஒரே

நிறுத்தத்தில் இறங்கினோம். அவன் என்னைக் கவனித்ததாகவே காட்டிக் கொள்ளவில்லை. ஓரளவுக்கு மேல் நானும் அதைப் பொருட்படுத்தவில்லை.

அன்று ஸாய் பாபா அவராகவே விபூதி கொடுத்தார். அங்கு தொடர்ந்து பஜனை நடந்து கொண்டிருந்தது. ஆனால் சைகல் பாட்டுக்கு வாய்ப்பில்லை. அவன் மனைவி என்னைக் கவனித்தது தெரிந்தது. நான் வீடு திரும்பக் கிளம்பியபோது அவனும் அதே நேரத்தில் கிளம்பினான். இப்போது அவன் என்னைக் கவனித்தேயாக வேண்டியிருந்தது.

"நல்ல தரிசனம் இல்லே?" என்றான்.

"நீங்க சைகல் பாட்டு ரொம்ப நன்னாப் பாடுறீங்க" என்றேன்.

நான் சொன்னது ஒரு பொருட்டல்ல என்பது போல அவன் சப்புக்கொட்டினான்.

ஒரு வாரம் நான் எங்கும் போக முடியாதபடி காய்ச்சல். அன்று அலுவலகம் போகலாம் என்று தயாராகிக் கொண்டிருந்தேன். அந்த மனிதனின் மகன் வந்தான். எப்படி என் வீட்டைத் தெரிந்துகொண்டு வந்தான்? நான் ஏதாவது கேட்பதற்கு முன் அவன், "உங்களை அம்மா உடனே அழைத்து வரச் சொன்னா" என்றான்.

"உங்க வீடு எங்கே?"

"கோட்ஸ் ரோடிலே."

"கொஞ்சம் தூரம்."

"அம்மா உடனே அழைச்சுண்டு வரச் சொன்னா."

அவன் கலவரத்துடன் காணப்பட்டான். ஒன்பது பத்து வயதுப் பையனுக்கு இப்படிக் கவலையா?

"வா, போவோம்" என்றேன்.

என் வீட்டிலிருந்து கோட்ஸ் ரோடு ஒரு கிலோமீட்டர் இருக்கும். நாங்கள் கால் மணிநேர நடைக்குப் பிறகு அவன் வீட்டை அடைந்தோம். அந்த வீட்டை வெளியிலிருந்து பார்த்தால் ஓரளவு சௌகரியமான குடும்பம் வசிப்பதாகத்தான் காணப்பட்டது. பழங்கால வீடு. முன்னால் பெரிய வண்டிகள் நிறுத்தக்கூடிய அளவுக்கு வெற்றிடம். வீட்டில் காலெடுத்தவுடன் ஒரு பெரிய வெராண்டா. அதற்கடுத்துப் பெரிய ஹால். அப்புறம் தனித்தனி அறைகள், சமையல் அறை முதலியன இருக்கும். ஹாலில் நுழைந்தபோதே வீட்டில் தரித்திரம் கவிந்திருப்பதை அறிய முடிந்தது.

எனக்காகவென்றே அவன் மனைவி காத்துக் கொண் டிருந்தாள் என்று தெரிந்தது. அவளுக்கு என் வயதுதான் இருக்கும். ஆனால் பையனுக்கு ஒன்பது பத்து வயது. மிகக் குறைந்த வயதிலேயே கல்யாணம் செய்து வைத்துவிட்டார்கள்.

எனக்கு அவளுடன் என்ன பேசுவதென்று தெரியவில்லை. ஒரு விதத்தில் நானும் சிறுவன்தானே.

"ரெண்டு நாளா அவரைக் காணோம்."

"யாரு?"

"பசுபதி. இவா அப்பா."

"எனக்கு அவரை ரொம்பத் தெரியாது. அன்னிக்குப் பாபாவைப் பாக்கப் போனப்போதான் ரெண்டாம் தடவை."

"ரெண்டு நாளாக் காணோம். நானும் எனக்குத் தெரிஞ் சவா கிட்டேயெல்லாம் கேட்டுட்டேன். நீங்க அவர் பாடறதைப் பத்திச் சொன்னேள்."

"இந்த வீட்டிலே நீங்க மட்டும்தானா?"

"நிறையப் பேரு. எல்லோரும் காலி பண்ணிட்டா. அவரோட கூடப் பொறந்தவா ஆறுபேர். நிறையப் பணம் காசோட சௌக்கியமா வேறே வேறே இடங்கள்ளே இருக்கா. இப்போ வீட்டை வித்துப் பாகம் பிரிக்கணும்கறா. இவருக்கு இந்த வீட்டை விட்டா எங்கே போறதுன்னு கவலை."

எனக்கு ஏதும் சொல்லத் தோன்றவில்லை. ஏழு பேர் ஒரே முடிவுக்கு வர முடியுமா?

"இவர் முந்தானேத்து ஏதோ பூஜைன்னு போனவர் இன்னும் வரவில்லை."

நான் ஏன் அழைக்கப்பட்டேன் என்று விளங்கிவிட்டது. "எனக்கு ஒரு வாரமா சுரம். வெளியிலேயே கிளம்ப முடியலை."

அவள் முகத்தில் ஏமாற்றம் தெரிந்தது.

"எங்கே பூஜைன்னு சொன்னார்? எங்கே வேலை பாக்கறார்?"

அவள் அழுதுவிடுவாள் போலிருந்தது. "அவர் வேலை போய் ரெண்டு வருஷமாறது."

"எல்லாரும் சாமியார்களைப் பாக்கப் போறதே கஷ்டம் தீரறதுக்குத்தான்."

"இவர் பூஜை சாமான்லாம் எடுத்துண்டு போனார். எப்பவும் எங்களையும் அழைச்சுண்டு போவார். ஆனா இந்த முறை இல்லை."

“எங்கேன்னு தெரியுமா?”

“ஏதோ கிருஷ்ணாம்பேட்டைன்னு காதிலே விழுந்தது.”

“அது எங்கே இருக்கு?”

“எனக்குத் தெரியாது. நீங்க கேட்டுப் பாக்க முடியாதா?”

“சரி. நான் விசாரிச்சுண்டு அங்கே யாராவது சாமியார் வந்திருக்காரான்னு கேட்டுச் சொல்றேன்.”

“எப்போ சொல்லுவேள்?”

“சாயந்திரம்தான் முடியும்.”

“நான் காத்துண்டே இருப்பேன்.”

நான் அலுவலகம் போனவுடன் பார்த்த முதல் மனிதனை, கிருஷ்ணாம்பேட்டை எங்கேயிருக்கு என்று கேட்டேன்.

அந்த ஆள் விநோதமாகப் பார்த்து, “என்ன துரை, கிண்டலடிக்கிறையா?” என்று கேட்டான்.

“ஏன், என்ன?”

“இந்த ஊரிலே இருக்கிற ரொம்பப் பெரிய சுடுகாடு அங்கேதான் இருக்கு. இந்து, முஸ்லிம் என்ன ஜாதியானாலும் அங்கே போய்ப் படுத்துக்கலாம். கிருஷ்ணாம்பேட்டைன்னாலே சுடுகாடுன்னுதான் அர்த்தம்.”

பசுபதிக்கு கிருஷ்ணாம்பேட்டையில் எந்த சாமியார் கிடைச்சார்? நான் இயன்றவரை அந்தப் பேட்டையில் சாமியார் யார் என்று விசாரித்துப் பார்த்தேன். யாரும் கிடைக்கவில்லை.

கிருஷ்ணாம்பேட்டையிலே விசாரித்தால் என்ன?

நான் கிருஷ்ணாம்பேட்டையில் நுழைந்தபோது எனக்கு மலைப்பாக இருந்தது. இவ்வளவு பெரிய ஸ்மசானமா? உலகத்தில் உள்ளவர்கள் எல்லாரையுமே அங்கு சமாதி கட்டிவிடலாம் போலிருந்தது. எங்கெங்கோ பிணங்கள் எரிந்து கொண்டிருந்தன. எங்கெங்கோ புதைக்கப் பள்ளங்கள் தோண்டப்பட்டிருந்தன. அங்கு தரையே ஒரே மேடு பள்ளமாக இருந்தது.

பகலிலேயே திகிலூட்டுவதாக இருந்தது. இந்தப் பூமியில் சிவன் பேயாண்டியாக ஆடிக் கொண்டிருப்பார். இல்லாதுபோனால் பிரபஞ்சமே தன்னுள் அடக்கி மோனத்தில் இருப்பார்.

என் கண்ணில் பட்ட ஒருவரை, “இங்கே யாரு காவல்?” என்று கேட்டேன். அந்த மனிதனைப் பார்க்கவே அச்சமாக இருந்தது.

“இங்கே காவல் என்ன, வெட்டியாந்தான். எப்போ பாடி கொண்டு வரே? எல்லாம் தயாரா வச்சிருக்கேன். ஐயரா?”

“அதுக்கெல்லாம் இல்லே. இங்கே நேத்து முன்தினம் கருத்த மனுஷரா ஒத்தர் வந்தாரா?”

“நூறு பேர் வந்தாங்க. நாங்க பொணத்தத்தான் பாப்போம். ஆணா பொண்ணா..?”

“இவரு பூஜை சாமான் கொண்டு வந்திருப்பாரு. கருப்பா உசரமா...”

“கருப்பா உசரமா ஒத்தன் எலும்பு திருட வந்தான். அப்போ இங்கே போலீஸ் வந்தது... ஒரு பொண்ணு தூக்குப் போட்டுண்ட கேஸ். அப்ப இவனையும் வைச்சு லொள்ளி, போலீஸ் கொண்டு போயிடுத்து.”

“அந்த ஆள் பேரு ஏதாவது சொன்னாரா?”

“எலும்பு திருடறவனுக்குப் பேர் என்ன?”

“ஏன், உனக்குப் பேர் இல்லியா?”

“என்ன பேரு சின்ன வெட்டியான், அண்ணன் பெரிய வெட்டியான்.”

“அந்த ஆளை எந்தப் போலீஸ் ஸ்டேஷனுக்குக் கொண்டு போனாங்க?”

“இங்கே ஒரே டேஷந்தான். ஐஸ் ஹவுஸ்.”

நான் ஐஸ் ஹவுஸ் போலீஸ் ஸ்டேஷனுக்குப் போனேன். அங்கே பசுபதி இருந்தான். அவனாக யாருக்கும் டெலிபோன் செய்து இருக்க முடியாது. அந்த நாட்களில் பெரிய செல்வந்தர்கள் வீட்டில்தான் போன் இருக்கும்.

அங்கு ரைட்டர்தான் இருந்தார். “என்ன?” என்றார்.

“இவர் என்ன குத்தம் பண்ணினாரு?”

“கேட்ட கேள்விக்கு சரியா பதில் இல்லை. என்னவோ பூஜைன்னாரு, பலீன்னாரு.”

பசுபதி லாக்கப்பிலிருந்து, “நான் பெர்மிஷன் வாங்கி யிருக்கேன்” என்று கத்தினான்.

“எங்கே?”

“வீட்லே மறந்துட்டேன்.”

ரைட்டர் என்னைப் பார்த்து, "இது என்ன பதிலுப்பா?" என்றார்.

நான் பசுபதியைக் கேட்டேன், "எங்கே வைச்சிருக்கே?"

"மேஜை டிராயர்லே, அடிலே."

நான் அவன் வீட்டுக்கு ஓடினேன். ஏறின பஸ்ஸிலே கூட முன்பக்கத்தில் நின்றேன்.

அவன் மனைவி வெராண்டாவிலேயே நின்று கொண் டிருந்தாள். "கிடைச்சுட்டாரா" என்று ஆவலுடன் கேட்டாள்.

"உங்க வீட்டு மேஜை எங்கேயிருக்கு?"

"உள்ளே."

நான் அந்த வீட்டினுள் ஓடினேன். ஒரு பழைய, சிறிய மேஜை. ஒரு டிராயர். நான் அதை அப்படியே வெளியே இழுத்துக் காகிதங்களை வெளியே எடுத்துப் பார்த்தேன். என் அவசரத்தில் அது எப்படி இருக்குமென்றுகூடக் கேட்கவில்லை. ஒரு பழுப்புக் காகிதத்தில் சென்னை கார்ப்பரேஷனிடமிருந்து ஸ்மசானத்தில் பூஜை செய்ய அனுமதி.

நான் மேஜையைச் சரி செய்யாமல் மீண்டும் ஓடினேன். இம்முறை ரைட்டர் இல்லை. உதவி இன்ஸ்பெக்டர் இருந்தார். அவரிடம் காகிதத்தைக் கொடுத்தேன். அவருக்கு ஒன்றுமே புரியவில்லை. "இது என்னது?" என்று கேட்டார்.

"இந்த மனிதர் சுடுகாட்டிலே சுத்திண்டிருந்தார்னு பிடிச்சுப் போட்டிருக்காங்க."

"சுடுகாட்டுக்கு யார் வேணா போலாமே. செத்தவங்ககூடப் போகலாம்."

"அப்ப இவரை நான் அழைச்சுண்டு போலாமா?"

"இவரு மேல என்ன கேஸு? ஒண்ணுமே இல்லையே?"

நான் அவனை வெளியே அழைத்து வந்து, "என்ன இதெல்லாம் பைத்தியக்காரத்தனம்?" என்று கோபமாகக் கேட்டேன்.

"உனக்கு ஒண்ணும் தெரியாதுடா. நான் அகோரத் தபசி."

"அகோரத் தபசி! வீடு வேணும், பொண்டாட்டி வேணும். எனக்கு ஒண்ணும் தெரியாது. உனக்கு மட்டும் தெரியுமாடா? சுடுகாட்டிலே பூஜையாம். அப்பொ ஏண்டா பஜனுக்கு வந்தே? ஸாய் பாபாவுக்கு வந்தே?"

அவனுக்கு நிற்கவும் சக்தியில்லை. இரு நாட்களாக அவன் ஏதும் உண்ணவில்லை என்று தெரிந்தது. அந்த நாளில் ஆட்டோ கிடையாது. நான் ஒரு பேபி டாக்ஸி பிடித்தேன். அவனை அழைத்து அவன் வீட்டில் கொண்டுபோய் விட்டேன். அவன் கைப்பையைக் கீழே போட்டுவிட்டுத் தள்ளாடியபடியே கிணற்றங்கரைக்குச் சென்றான். பையில் தேங்காய் ஊதுபத்தி மட்டும் ஒழுங்காக இருந்தது. அவன் தலைமுழுகி மறுபடியும் வெராண்டா வந்தான்.

நான் டாக்ஸிக்குப் பணம் கொடுத்துவிட்டு என் அலுவலகத்துக்கு ஓடினேன். ஒரு வாரத்துக்குப் பிறகு கோட்ஸ் ரோடு சென்றேன். அந்த வீடு பூட்டுப் போட்டிருந்தது. ஒரு மாதத்திற்குப் பிறகு காலி வீட்டை யாரோ வெள்ளை அடித்துக் கொண்டிருந்தார்கள். ஏழு பேரும் சேர்ந்து கையெழுத்துப் போட்டுவிட்டார்கள் என்று ஊகித்துக்கொண்டேன்.

தீபாவளி மலர் 2013   தினமணி

5. வாடிக்கை!

இந்த முறை சரவணனிடமிருந்து நான் தப்ப முடியவில்லை. அவன் சம்பள தினத்தன்று எங்கள் பாக்டரி வாசலில் பிற்பகல் மூன்று மணிக்கே வந்து காத்திருப்பான். சற்று வயதானவர்கள் தமிழ்நாட்டு ஈட்டிக்காரன் வந்துவிட்டான் என்பார்கள். எங்களில் முக்கால்வாசிப் பேர்களுக்கு ஈட்டிக்காரனென்றால் யார் என்று தெரியாது. ஈட்டிக்காரர்கள் இப்போது வேறு உருவத்தில் வந்துவிட்டார்கள்.

சரவணன் அப்படி ஒன்றும் ஈவிரக்கமற்றவனல்ல. நான் பலமுறை தவணை தப்பியிருக்கிறேன். கடைசியில் இரட்டை வட்டி கொடுத்து ஒரு கடனை முடிப்பேன். அடுத்த மாதமே மீண்டும் அவனிடம் ஐநூறு ரூபாய் வாங்குவேன். நான் சென்ற மாதம் சால்சாப்பு சொல்லித் தவணையைக் கட்டவில்லை. அது மறந்துபோய் இந்தச் சம்பள நாள் அவன் கண்ணில் பட்டுவிட்டேன்.

"எங்கே உன் சம்பளக் கவர்?" என்று சரவணன் கேட்டான்.

"இந்த மாசம் விட்டுடு. அடுத்த மாசம் கட்டிடறேன்."

"போன மாசப் பாக்கி நானூறு. அதுக்கு வட்டி நாப்பது ரூபா. இந்த மாசம் நானூறு. அது அடுத்த மாசத் தவணையும் சேந்து ஆயிரத்துக்கும் மேல போயிடும். அடுத்த மாசம் உனக்கு என்ன போனஸா?"

“இல்லே ...”

“எனக்குத் தெரியும் உன்னாலே முடியாதுன்னு. உன் கவரை நீட்டு.”

அதற்கு மேல் நான் பேசவில்லை. என் சம்பளக் கவரை அவனிடம் எடுத்துக் கொடுத்தேன். அவன் அதிலிருந்து எண்ணூறு ரூபாய் மட்டும் எடுத்துக் கொண்டு கவரைத் திருப்பிக் கொடுத்தான்.

“பாலு, என் வீட்டுக்கும் உன் வீட்டுக்கும் போக்குவரத்து இருக்கு. நேத்திக்குக்கூட உன் சம்சாரம் எங்க வீட்டுக்கு வந்து ஏதோ பணியாரம் பண்ணிக் காமிச்சிருக்கா. என் குழந்தைகள்ளாம் அக்கா அண்ணீன்னு அவகிட்ட அவ்வளவு பிரியமா இருக்குங்க. போயும் போயும் நானூறு அறுநூறுக்காக அவங்க உறவை வெட்ட வேண்டாம். நான் கடைன்னு வைக்கலே ஒழிய, என் பொழப்பு லேவாதேவமும் அடகும்தான். நீ ஒவ்வொரு தரமும் கடன் கேக்கறப்போ எனக்கு வேதனையாப் போயிடறது. இதுதான் கடைசி. இனிமே நீ வேற எங்காவது பாத்துக்கோ.”

“இப்படிப் பேசறவன் வட்டி வாங்க வேண்டாமே?”

“வட்டியா? எனக்கு முதல் வந்தாப் போறாதா? இனிமே உனக்கும் எனக்கும் பண விஷயமே வேண்டாம்.”

எனக்கும் கஷ்டமாகத்தான் இருந்தது. சரவணன் மட்டுமில்லை, இன்னும் இரண்டு இடத்தில் எனக்குக் கடன் இருந்தது. என் மனைவிக்குத் தெரியாமல் என் கல்யாணத்துக்குப் போட்ட மோதிரத்தை விற்று ஒரு தடவை எல்லாக் கடனையும் அடைத்தேன். ஒரு தீபாவளி வந்தது, மறுபடியும் கடன் வந்தது.

என் மனைவியும் நான் எப்போதும் பணமுடையில் இருக்கிறவன் என்று தெரிந்தவள்தான். இரண்டு குழந்தைகளும் தொலைக்காட்சியில் படத் துணுக்குகள் பார்த்து திருப்தி அடைந்து விடுவார்கள். தீவுத்திடல் பொருட்காட்சி வந்தால் ஒருமுறை அழைத்துப் போவேன். தின்பண்டங்கள், தண்ணீர் கையோடு எடுத்துப் போய்விடுவோம். இவ்வளவு சிக்கனமாக ஒரு நகரில் குடித்தனம் நடத்த முடியாது.

எங்கள் பாக்டரியில் என் மாதிரி முப்பது ஊழியர்கள் இருந்தார்கள். சம்பளத்தில் பெரிய வித்தியாசம் கிடையாது. ஒரு சிலருக்குக் குடும்ப வீடு அல்லது வேறு சொத்து இருந்தது. அவர்கள் அதிக நெருக்கடியில் இருப்பதாகக் காணப்பட மாட்டார்கள். ஆனால் சம்பளத்தையே நம்பியவர்கள் சரவணனை அல்லது அவன் போன்றோரை நாடிப் போவார்கள்.

அடுத்த மாதம் சரவணனைக் காணோம். நான் அவன் வீட்டுக்குச் சென்று நானூறு ரூபாய் கொடுத்துவிட்டு வந்தேன். வீட்டில் யாரும் இல்லை. நான் கேட்டேன்: "வீட்டில் யாரும் இல்லையே, ஏதாவது கல்யாணத்துக்குப் போயிருக்காங்களா?"

அதற்குப் பதில் சொல்லாமல் அவன் பணத்தை மட்டும் வாங்கி வைத்துக்கொண்டான்.

"ஏன் ஒரு மாதிரி இருக்கே?"

"ஒண்ணுமில்லையே."

"சரி." நான் கிளம்பினேன்.

"பாலு, ஒரு நிமிஷம்."

"நான் சொல்லற விஷயத்தை யாரிட்டையும் சொல்ல வேண்டாம். நான் இந்த ஊரைவிட்டுப் போகப்போறேன்."

அவன் சொன்னது எனக்கு முதலில் புரியவில்லை. "எந்த ஊருக்குப் போறே?"

"இந்த ஊரை விட்டேபோகப் போறேன்."

"எதுக்குப்பா?"

"இங்கே வீட்டுல ஒரே சண்டை."

"இது எல்லாக் குடும்பத்திலேயும் இருக்கிறதுதானே."

"என் சம்சாரத்துக்கு நான் செய்யறது எதுவுமே பிடிக்கலே. அவ சீட்டு பிடிக்கறா. கடன் கொடுக்கறா. ஆனா இதையே நான் செய்யறது பிடிக்கலை."

எனக்கு அது வியப்பாக இல்லை. சரவணனுக்கு அந்த ஊரில் ஒரு அந்தரங்கமான நண்பன் இருப்பானா என்று எனக்குச் சந்தேகம்தான். ஆனால் அவன் மனைவியும் அதே வகை மனுஷி என்று தெரியாது.

"ஏம்ப்பா, இந்த வயசிலே நீ புதுசா எந்த வேலைக்குப் போக முடியும்?"

"ஒண்ணும் முடியாதது இல்லேப்பா. ஆனா பையன் ஒம்பது, பொண் ஏழாம் கிளாசிலே படிக்கறா. இப்போ போய் இவ அம்மா வீட்டிலேயே இருக்கேன்றா. இது என்ன பைத்தியக்காரத்தனம்?"

"எங்கே போயிருக்கா?"

"வேலூர்."

சிறுகதை தொகுப்பு

"உன் மாமியாரு வீடு என்ன தெருலே இருக்கு?"

"சம்பங்கித் தெரு, ஏன்?"

"சும்மா கேட்டுண்டேன். எந்த முடிவுக்கும் வராதே. இரண்டு நாள் டைம் கொடு."

"ஒரு வாரம் ஆறதப்பா."

"ஆகட்டுமே. குழந்தைங்க மேலே அவளுக்கு மட்டும் அக்கறை இருக்காதா? ஒரு வாரம் பொறு."

நான் என் மனைவியிடம் சொன்னேன். "என்னிக்காவது ஒரு நாள் இப்படி ஆகும்னு எனக்குத் தெரியும்" என்று அவள் சொன்னாள்.

"ஒரு காரியம் பண்ணணும்."

"என்ன?"

"நாம ரெண்டு பேருமா வேலூர் போகணும்."

"அவ நாம சொல்லிக் கேக்கற மனுஷியா?"

"அதான் நானும் வரேனே. காலைலே கிளம்பினா மத்தியானம் வந்துடலாம். நாளைக்கு."

"நாளைக்குத்தான் ரேஷனுக்குப் போகலாம்னு இருந்தேன்."

"இது பெரிய ரேஷன். இன்னிக்கே முடிச்சுடு."

"என்ன திடீர்னு உங்க சினேகிதர் மேலே இவ்வளவு கரிசனம்?"

"அவன் எனக்கு எவ்வளவோ உதவி பண்ணியிருக்கான். அதெல்லாம் எதுக்கு? அந்தக் குழந்தைங்க படிப்பு கெடக் கூடாது."

"ஏங்க, அது அவுங்களுக்குத் தெரியாதா?"

"தெரிஞ்சா அந்த அம்மா ஏன் அம்மா வீட்டிலே போய் உட்கார்ந்திருக்கா?"

நான் ஒரு நாள் லீவு போட்டு என் மனைவியையும் அழைத்துக்கொண்டு வேலூர் சென்றேன். எனக்குப் பழக்கமான ஊர்தான். சம்பங்கித் தெருவைப் பத்து நிமிடத்தில் கண்டுபிடித்து விட்டோம். ஆனால் சரவணன் மாமியார் வீட்டை லேசில் கண்டுபிடிக்க முடியவில்லை. சரவணன் மனைவி பெயர்கூட அங்கு யாருக்கும் தெரியவில்லை. விருந்தாளி பெயர் சொல்லிப் புது ஊரில் எப்படி விசாரிக்க முடியும்? நாங்கள் விடவில்லை. குழந்தைகள் பெயர் சொல்லி விசாரித்தோம். பலன் இருந்தது.

சரவணனின் மாமியார் வீட்டில் குறைந்தது பத்து பேராவது இருப்பார்கள். உண்மையில் அங்கு யாரும் ரகசியம் பேச முடியாது. மாமியார் ஒரு சர்வாதிகாரியாக இருந்தாள். எங்களால் யாருடனும் எதையும் பேசமுடியவில்லை. சரவணன் மனைவியே அங்கு சங்கடத்துடன் இருப்பது தெரிந்தது. எங்கள் முன்னாலேயே அவளுடைய தம்பி அவளுடைய பையனை அடித்தான்.

எங்கள் வருத்தத்தில் நான் சரவணனைப் பார்க்கப் போகவில்லை. ஆனால் நாங்கள் வேலூர் சென்று திரும்பிய மூன்றாம் நாள் அவனே மலர்ந்த முகத்துடன் என்னைப் பார்க்க வந்தான். "உனக்கு எப்படி நன்றி சொல்லறதுன்னே தெரியலே" என்றான். நான் புரியாமல் நின்றேன். "அவ வந்துட்டாப்பா" என்றான். "நீ என்ன சொன்னயோ தெரியாது, நேத்து பொழுது சாயற நேரத்திலே வந்துட்டா."

"குழந்தைங்க?"

"அவுங்களும்தான். என்னமோ வாயைத் திறக்காமயே இருக்கா."

"கோபம் இல்லையே?"

"அதெல்லாம் ஒண்ணுமில்லே. நீ என்ன சொன்னே?"

"நான் என்ன சொன்னா என்ன, ஏதோ காரியம் முடிஞ்சது."

"இனிமே நான் வேலை தேடணும். அதுக்கும் நீதான் ஒத்தாசை பண்ணணும்."

"பாக்கலாம்."

"சரி. நான் வரேன்."

"ஒரு நிமிஷம்."

"என்ன?"

"எனக்கு ஒரு ஐநூறு ரூபா தேவைப்படுது."

சரவணன் என்னைப் பார்த்த பார்வை சரியாக இல்லை.

2012

விஜய பாரதம்

6. இன்றும் நண்பர்கள்

இரு நண்பர்கள். ஒருவனுக்குச் சுமார் முப்பது, முப்பத்தைந்து வயதிருக்கும். இன்னொருவன் பெரியவனை விடக் குறைந்தது ஐந்து வயது சிறியவன். இருவரும் ஒரே நிறுவனத்தில் பணிபுரிந்து கொண்டிருந்தார்கள். நிறுவனம் நல்ல நிலையில் இல்லை. இருவர் உத்தியோகமும் ஒரே நாளில் போய்விட்டது. அந்த நாளில் எளிதில் வேலை கிடைக்காது. நாடே பெரிய நெருக்கடியில் இருந்தது.

இருவரும் திருவல்லிக்கேணி கோஷா ஆஸ்பத்திரியைத் தாண்டிச் சென்று கொண்டிருந்தார்கள். அப்போது, சுரங்கப் பாதை கட்டப்படவில்லை. நடப்போர் கூட்டந்தான் நிறைய இருந்தது. இருவரும் நேரே கடற்கரைக்குப் போனார்கள். கடல் நீரில் காலை நனைத்துக் கொண்டபடி பத்து நிமிடங்கள் நின்றார்கள்.

மூத்தவன் கேட்டான், "நடக்கலாமா?"

"இப்பவேயா?"

"இன்னிக்கி ஒரு விளம்பரம் பாத்தேன். அப்ளிகேஷன் எழுதணும். ராத்திரியே முடித்துவிடலாம்னு எண்ணம்."

"என்ன கம்பனி?"

"பாய்லர்ஸ் லிமிடெட்."

"எனக்குத் தெரியும் நான் ஒரு தரம் போயிட்டு வந்துட்டேன். சுகமில்லே. நூறு ரூபா தரேன்னுவான். இது இரண்டாவது விளம்பரம்."

அசோகமித்திரன்

“நூறு ரூபா கிடைச்சாக்கூடத் தேவலை.”

“அப்புறம் எங்கே எப்போ போனாலும் நூறு ரூபாதான் தருவேன்னுவான்.”

“கஷ்டம்தான்.”

“ஒண்ணு பண்ணேன். நான் போட்டிருக்கற இடத்துக்கு நீ அப்ளிகேஷன் போடேன். நம்ம இரண்டு பேர்ல யாருக்குக் கிடைச்சாலும் நல்லதுதான்.”

“ஒனக்குப் போட்டியா நான் வரணுமா?”

“போட்டியே இருக்காது. அவன் டிரைவிங் தெரியணும்றான்.”

“நீதான் லைசன்ஸ் வாங்கிட்டியே”

“அது என்ன லைசன்ஸ்? அந்த மாஸ்டர் வாங்கிக் கொடுத்ததுதானே. எனக்குப் பழக்கமே போறாது. தினம் விடணும். அதுக்கு வழியில்லை.”

“எனக்கு மனசு இடம் தரலே.”

“நீ போட்டுத்தான் வையேன். ஏதோ மூணாம் மனுஷனுக்குக் கிடைக்கறதுக்கு உனக்குக் கிடைச்சா நல்லதுதானே.”

“நாம நடக்கலாமா?”

“சரி. நீ அப்ளிகேஷன் போடு. ஒண்ணும் தப்பில்லே. என்னை செலக்ட் பண்றது ரொம்பக் கஷ்டம். இன்னும் மூணு நாள் டைம் இருக்கு. கட்டாயம் போடு.”

மூத்தவன் பதில் சொல்லவில்லை. இருவரும் தண்ணீர் காலில் படும்படியாகவே மைலாப்பூர் திசையில் நடந்தார்கள். அப்போது, புது லைட்ஹவுஸ் வரவில்லை. அந்த இடம் வந்தவுடன் அவர்கள் சாலைக்கு வந்தார்கள். பெரியவன், “சரி, நான் வரேன்,” என்று சொல்லிவிட்டு நேர் எதிர்ச்சந்தில் சென்றான். இளையவன் சாந்தோம் பேருந்து நிறுத்தத்துக்குச் சென்றான்.

தண்ணீரில் அரை மணிநேரம் நடந்ததற்கு விளைவு இருந்தது. சின்னவனுக்குச் சுரம். “ஏன் இந்த மாதிரி ஊர் சுற்றிவிட்டு உடம்புக்கு வரவழைத்துக் கொள்றே? திங்கக்கிழமை இன்டெர்வியூ.” அம்மா கோபித்துக் கொண்டாள்.

அவளுக்கு எப்படித் தெரிந்தது? இன்னும் என்னென்ன தெரியுமோ? இவ்வளவுக்கும் அவன் வீட்டில் அவனுக்கு

வேலை போய்விட்டதைச் சொல்லவில்லை! அவன் கார் ஓட்டக் கற்றுக்கொள்வது யாருக்கும் தெரியாது என்றுதான் நினைத்திருந்தான். ஆனால், அதுவும் அவளுக்குத் தெரிந்திருக்கும்.

இன்டர்வியூவுக்கு ஒருவாறு போய்விட்டான். எல்லாத் தகுதியும் சரியாக இருந்தது. கடைசியாக, டிரைவிங் லைசென்ஸைக் காட்ட வேண்டும். அதிகாரி பார்த்தார். "போன வாரந்தான் வாங்கியிருக்கீங்க ..." என்றார்.

"லைசன்ஸ் வாங்கினப்புறம் எங்கேயாவது வண்டி ஓட்டி யிருக்கீங்களா?"

"இல்லை ..."

அதிகாரி உதட்டைப் பிதுக்கினார். "நாங்க சொல்லி யனுப்பறோம்," என்றார். அவனுக்கு அப்போதே ரிஸல்ட் தெரிந்துவிட்டது.

வெளியே வந்தான். மீண்டும் பத்திரிகைகளில் விளம்பரங்கள் பார்க்க வேண்டும். எனக்கு வேலை தா என்று கெஞ்ச வேண்டும்.

சுரத்தின் தாக்கம் இன்னும் இருந்தது. சற்றுத் தள்ளாடியபடி பேருந்து பிடித்தான். வீட்டை அடைந்தவுடன் படுத்துத் தூங்கிவிட்டான். மறுபடியும் நல்ல சுரம். டைபாய்டு என்று டாக்டர் சொன்னார். இப்படி இருக்கும்போது எதற்கு வெயிலில் போனாய் என்று கோபித்துக் கொண்டார்.

அந்த நாளில் டெலிபோன் வசதி மிகவும் குறைவு. எங்கேயோ ஒரு பெட்டிக் கடையில் இருக்கும். முதலில் சில்லறையை எடுத்து வைக்க வேண்டும். அப்புறம்தான் போனைத் தொட முடியும். போன் செய்யலாமா வேண்டாமா என்று சிறிதுநேரம் யோசித்தான். "ரொம்ப நேரம் டெலிபோனண்டெ இருந்தா மத்தவங்க பேசவேண்டாம்?" என்று கடைக்காரர் கோபித்துக் கொண்டார். அவன் இன்டர்வியூ போன இடத்தின் எண்ணைத் திருப்பினான்.

"குட் ஆஃப்டெர்னூன். ஹூ இஸ் காலிங்க்?"

அவன் பெயரையும் அவன் பேச வேண்டிய அதிகாரியின் பதவியும் சொன்னான். அந்த அதிகாரி, "யார்? என்ன வேண்டும்?" என்று கேட்டார்.

அவன் சொன்னான். "அந்த அப்பாயின்ட்மென்ட் முடிந்து விட்டது. நாங்கள் வேறு ஒருவரை செலக்ட் பண்ணிவிட்டோம். சாரி" என்று சொல்லி அவர் தொலைபேசியை வைத்துவிட்டார்.

வெகு நாட்களாக அவன் நண்பன் வரவில்லை. அவன் வீட்டுக்குப் போனான். நண்பனின் மனைவிதான் வீட்டில் இருந்தாள். மகிழ்ச்சியுடன், "உங்க நண்பருக்கு வேலை கிடைச்சுடுத்து" என்று சொன்னாள். "நீங்கள் தான் சொன்னீர்களாம்" என்றும் சொன்னாள்.

இந்த ஒருமுறை அவன் நண்பன் அவன் யோசனையை ஏற்றுக் கொண்டிருக்கிறான். அந்த மூன்று நாட்களுக்குள் விண்ணப்பம் அனுப்பி இன்டெர்வியூவுக்குப் போயிருக்கிறான். வேலையும் கிடைத்துவிட்டது! எவ்வளவு மகிழச்சிகரமான விஷயம்!

ஆனால், அவனிடம் ஒரு வார்த்தை சொல்லியிருக்கலாம். சொல்லவில்லை. கூச்சமாக இருந்திருக்குமோ? அந்த நேரத்தில் இப்படித் தன்னிடம் கூட அந்த நண்பன் கூச்சப்பட்டிருக்கிறானே என்ற எண்ணந்தான் வருத்தமளித்தது.

தீபாவளி மலர் 2012   **விகடன்**

7. சகுனம்

சரளாவுக்கு சகுனங்கள் கண்டு பயம். சகுனங்களில் நல்லதும் உண்டு என்று அவள் நம்பியதில்லை. அவள்வரை சகுனம் என்றாலே கெட்டது நடக்கப்போகிறது என்பதற்கு அறிகுறி. அன்று காலை முதல் இருமுறை பொருள்களைத் தவற விட்டாள். எது விழுந்தாலும் பரவாயில்லை. ஆனால் ஸ்பூன் தவற விட்டாள். ஸ்பூன் பற்றிய நம்பிக்கை மேலை நாட்டுடையது. நிச்சயம் கெடுதல் ஏதோ நடக்கப்போகிறது.

அவள் கணவன் பலமுறை இப்படிப் பொருள் களைத் தவற விடுவது சகஜம். கை தவறுவது எல்லோருக்கும் நடப்பதுதான் என்று முதலில் நயமாகவும் பிறகு எரிச்சலுடனும் கூறியிருக்கிறான். ஆதலால் அவளுக்கு அவனிடம் சொல்லி ஆறுதல் பெற முடியாது.

ஜான்ஸன் காலை உணவுக்குத் தயாராகி விட்டான். அவர்கள் இருவரும் பணியில் இருந்தா லும் அந்தச் சிறிய வீட்டைவிடப் பெரியதற்குப் போகமுடியாத நிலை. ஒரு சிறிய மடக்கு மேஜை இருந்தது. அதை விரித்துப் போட்டுத்தான் அவர்கள் உணவு அருந்துவது, எழுதுவது, துணிக்கு இஸ்திரி போடுவது எல்லாம். ஊர் நடுவில் பெரிய வீடு கிடைக்காது என்றில்லை. வாடகை இரண்டத்தனையுடன் முன் பணம் ஆறு மாத வாடகைக்குக் குறையாது. அன்று பகல் உணவும் தயாரித்து லன்ச் பேகில் வைத்து, இட்லியும் தயாரிக்க முடியவில்லை. ஆதலால் பிரெட்தான். இருவரும்

ஒருவருக்கு ஒருவர் முதுகைக் காட்டிக்கொண்டு மடிப்பு உடை உடுத்திக் கொண்டார்கள். ஆளுக்கு ஒருமுறை கண்ணாடியில் பார்த்துக் கொண்டார்கள். பிறகு வீட்டைப் பூட்டிக் கொண்டு வெளியே வந்தார்கள்.

ஜான்ஸன் பக்கத்து வீட்டிலிருந்து மோட்டார் சைக்கிளை எடுத்து வந்தான். அவர்கள் இருந்த வீட்டில் வீட்டுக்காரருடைய ஸாண்ட்ரோ கார் தவிர இதர குடித்தனக்காரர்களின் நான்கு டூ வீலர்கள் இருந்தன. ஜான்ஸன்தான் கடைசியாக டூ வீலர் வாங்கினான். அவனுடைய வண்டிக்கு இடமில்லை. வைத்தால் தெருவில் வைக்க வேண்டும். அப்படிப் பலர் கார்களையே வைத்திருந்தார்கள். சரளா பக்கத்து வீட்டு மாமியுடன் பேசி, கணவன் மோட்டார் சைகிளை அங்கு வைக்க அனுமதி பெற்றிருந்தாள். அன்று சரளா புடைவை கட்டியிருந்தாள். மோட்டார் சைக்கிள் பின்சீட்டில் இடது புறமிருந்து ஏறி உட்கார்ந்தாள். வண்டி கை சுவிச் தட்டலில் கிளம்பவில்லை. சரளா கீழே இறங்கினாள். ஜான்ஸன் இருமுறை கிக் ஸ்டார்ட்டரை உதைத்த பிறகு கிளம்பியது. இதுகூட கெட்ட சகுனமாகச் சரளாவுக்குத் தோன்றியது.

சைதாப்பேட்டை வரை அதிக நெரிசலில்லாமல் இருந்தது. அதன் பிறகு, மெட்ரோ ரயில் தடுப்புகளால் அங்குலம் அங்குலமாகத்தான் முன்னேற முடிந்தது. சரளா அவளுடைய கைபேசியை முதலிலேயே ஸ்விட்ச் ஆஃப் செய்திருந்தாள். ஜான்ஸன் சப்தமிடாதபடி வைத்திருந்தான். யாரோ தொடர்ந்து கூப்பிட்டுக் கொண்டிருந்தார்கள். ஜான்ஸன் நெரிசல் முடியும்வரை கைபேசியைத் தொடவில்லை. ஆனால் மறைமலையடிகள் பாலம் வந்த பிறகு நெரிசல் சிறிது குறைந்தது. பாண்ட் பையிலிருந்து அதை வெளியே எடுத்தான். யார் என்று பார்த்து 'இப்போது முடியாது, அப்புறம் பேசுகிறேன்' என்று பொத்தானை அமுக்க நினைத்தான். ஆனால் கைபேசி சரளாவின் அம்மா பெயரைக் காண்பித்தது.

மறுபடியும் நெரிசல். அதோடு அடுத்தடுத்து இரு போலீஸ் காரர்கள். ஜான்ஸன் 'அப்புறம் பேசுகிறேன்' பொத்தானை அழுத்திவிட்டு ஷர்ட் பையில் போட்டுக் கொண்டான். மறுபடியும் மாமியார். இம்முறை 'சரி' பொத்தானை அமுக்கி "ஹலோ," என்றான். மாமியார் கடகடவென்று பேசினாள். காதிலே போட்டுக்கொள்ளாதபடி கைபேசியைச் சரளா பக்கம் நீட்டினான். பக்கவாட்டில் உட்கார்ந்திருந்த சரளா அதைக் கவனிக்கவில்லை. அவளுடைய கவனம் அவர்களைத் தொடர்ந்து வந்த பேருந்துமீது இருந்தது.

சிறுகதை தொகுப்பு   45

“ஸரள்,” என்று ஜான்ஸன் கத்தினான். அவனும் ஒரு பேருந்து, ஒரு சைக்கிளைக் கடக்க முயற்சி செய்து கொண்டிருந்தான். அந்த நெரிசலில் அவனாக ஏதும் செய்ய முடியாது. திடீரென்று வேகமாகப் போகவேண்டிவரும். சில கஜங்களுக்குப் பிறகு மீண்டும் அடி அடியாகப் போகவேண்டும். துளி கவனம் தவறினாலும் விளைவு மருத்துவமனை வாசம்தான். பெரிய விஷயம் என்றில்லை. அதே நேரத்தில் அற்பம் என்றும் உதறிவிட முடியாது. சரளாவின் சகோதரன், தன் வேலை நிமித்தமாக சென்னை வந்திருக்கிறான். சில மணிநேரமே அம்மா வீட்டில் இருப்பான். சரளா பகல் இடைவேளையில் ஒருமுறை புரசைவாக்கம் வந்து போக முடியுமா?

சரளா ‘சரி!’ என்று கத்தினாள். அது ஜான்ஸனின் கைபேசி. பொதுவாகச் சரளா அதைத் தொடக்கூட மாட்டாள். பத்தாயிரம் ரூபாய். அவள் அதை ஜான்ஸன் பக்கம் நீட்டினாள், வலது கை கொண்டுதான். சைகிள் ஜான்ஸனோடு போட்டி போட்டுக் கொண்டிருந்தது. ஜான்ஸன் பின்புறம் பாராமலே இடது கையை நீட்டினான். சரளா கைபேசியை அவன் கையில் வைத்தாள். ஜான்ஸன் உடனே கையை மூடவில்லை. கைபேசி கீழே விழ ஆரம்பித்தது.

சரளா “ஐயோ!” என்று கத்தி கீழே விழும் கைபேசியைப் பிடிக்கச் சாய்ந்தாள். அவள் விழுவதால் மோட்டார் சைக்கிள் ஓட்டிக்கொண்டிருந்த ஜான்ஸன் நிலை தவறி அவனும் சரளா பக்கம் விழுந்தான். மோட்டார் சைக்கிள் எதிர்ப்பக்கம் விழுந்தது. பின்னால் வந்த பேருந்து மிகவும் மெதுவாகத்தான் வந்தது என்றாலும் அதன் இடது முன் சக்கரம் தம்பதியர் இருவர் மீது ஒருமுறை ஏறியிறங்கிய பிறகுதான் நிற்க முடிந்தது. சரளாவுக்குத் தன் உயிர் போனதுகூடத் தெரியாது. அவளுடைய கணவனின் விலை உயர்ந்த கைபேசி ஒரு சேதமும் இல்லாமல் சற்றுத் தூரத்தில் கிடந்தது.

நவம்பர் *2012* *அமுதசுரபி*

8. வண்டு

"டாக்டர், என் தலையை ஒரு வண்டு கடித்தது. அப்படியே என் தலையைக் குடைந்து உள்ளே போய்விட்டது. உள்ளே குடைந்தபடியே இருக்கிறது. அதை எடுத்துவிடுங்கள்."

மருத்துவர் பார்த்தார். அந்த மனிதன் பைத்தியம் அல்ல. வண்டு தலையில் புகுந்துவிட்டது என்று கூறியதைத் தவிர அவன் ஒரு சாதாரண, பொறுப்புள்ள குடிமகனாகத்தான் காணப்பட்டான்.

"உங்கள் தொழில் என்ன?"

"நான் ஒரு பழ வியாபாரி."

"தலையில் எந்தப் பக்கம் அது குடைகிறது?"

"இங்கே."

டாக்டர் தலையைச் சோதித்துப் பார்த்தார். அந்த மனிதன் தலையில் அந்த இடம்தான் சொட்டை விழாமல், மயிர் நரைக்காமல், ஆரோக்கியமாக இருந்தது.

"ஆபரேஷன் செய்ய வேண்டும்."

"நீங்கள் இன்றேகூடச் செய்துவிடலாம். வண்டு குடைவதைச் சகிக்க முடியவில்லை."

"இங்கு வருவதற்கு முன்பு வேறு யாரிடமாவது காட்டினீர்களா?"

"பத்து பேரிடம் காட்டிவிட்டேன்."

"என்ன சொன்னார்கள்?"

"ஒன்றும் சொல்லவில்லை. விழுந்து விழுந்து சிரித்தார்கள்."

"நான் வண்டை எடுத்துவிடுகிறேன். ஆனால் இதை ரகசியமாக வைத்துக்கொள்ள வேண்டும்."

"சரி. வண்டு ஒழிந்தால் போதும். ஆனால் இதில் ரகசியம் எதற்கு?"

"என்னைப் பார்த்து விழுந்து விழுந்து சிரிப்பார்கள்."

"இப்போது எடுத்து விடுகிறீர்களா?"

"உங்களுக்கு முழு மயக்க மருந்து தரவேண்டும். நாளை வெறும் வயிற்றுடன் வாருங்கள்."

"எனக்கு மயக்கம் தெளிந்த பிறகு வண்டைக் காட்ட வேண்டும்."

"அவசியம் காட்டுகிறேன். இந்த ஆபரேஷனையே சில புகைப்படங்களாக எடுத்துக் காட்டுகிறேன்."

அடுத்தநாள் அந்த மனிதன் ஐந்து மணிக்கே வந்துவிட்டான். "எடுத்து விடுங்கள். எடுத்து விடுங்கள். என்னால் வண்டு குடைவதைப் பொறுக்க முடியவில்லை."

டாக்டர் அவனைப் படுக்கவைத்து மூக்கு மீது ஒரு சாதனத்தை வைத்தார். அரை நிமிடத்தில் அவன் மயக்கம் அடைந்துவிட்டான்.

அவன் மயக்கம் தெளிந்து எழுந்தபோது தலைக்குப் பெரிய கட்டு கட்டி அவன் கண்ணையே திறக்க முடியாதபடி மூடியிருந்தது.

"டாக்டர்! டாக்டர்!" என்று கத்தினான்.

டாக்டரும் இன்னொருவரும் வந்ததை உணர முடிந்தது...

"என் கண்ணைத் திறந்துவிடுங்கள்."

"ஒருநாள் பொறுங்கள். சில விஷயங்களைத் தயாரிக்க வேண்டியிருக்கிறது."

"வண்டை எடுத்துவிட்டீர்களா?"

"நாளை காட்டுகிறேன். அது என்ன வண்டு? குளவி மாதிரிதான் ஒன்று கிடைத்தது."

"இருக்கலாம். நான் பார்ப்பதற்குள் தலைக்குள் போய்விட்டது."

"தூங்குங்கள். எல்லாம் நாளை பார்க்கலாம்."

அந்த மனிதனைப் படுக்கவைத்து நர்ஸ் தூக்க மருந்து கொடுத்தாள். நடு இரவில் அவன் ஒருமுறை எழுந்தான். வெளியே கதவு பூட்டி இருந்தது. அவன் மீண்டும் படுத்துவிட்டான்.

அடுத்த நாள் காலை டாக்டர்தான் அவனை எழுப்பினார். "முதலில் பல் துலக்கிவிட்டு வாருங்கள். உங்கள் ஆபரேஷன் புகைப்படங்களைக் காட்டுகிறேன்."

"வண்டு?"

"அதையும் காட்டுகிறேன்."

அந்த மனிதன் அவசரம் அவசரமாக அவனுடைய காலைக் கடன்களை முடித்துக்கொண்டு வந்தான்.

டாக்டர் குளவி ஒன்றைக் காட்டினார். "இதுதான், இதுதான்," என்று அந்த மனிதன் சொன்னான். "ஆனால் செத்துப் போயிருக்கிறதே?"

"நான் கிடுக்கி கொண்டு எடுத்தேன். அது செத்துவிட்டது. இதோ பாருங்கள், உங்கள் ஆபரேஷன் புகைப்படங்களை."

ஒரு மனிதத் தலை. ஒரு பக்கமாகப் பிளந்து இருக்கிறது. அடுத்தபடம் ஒரு கிடுக்கியில் குளவி.

அந்த மனிதன் டாக்டரின் கையைப் பற்றிக் கொண்டான். "எவ்வளவு தர வேண்டும்?"

"அறை வாடகை இரண்டாயிரம். நர்ஸ் மூன்றாயிரம்..."

அவர் முடிப்பதற்குள் அவன் அவர் முன் இருபதாயிரம் வைத்தான். தலைக்கட்டுடன் வெளியே மகிழ்ச்சியோடு ஓடினான்.

அந்த நாட்டில் கலாச்சாரப் புரட்சி. டாக்டருக்குத் தோட்ட வேலை உத்தரவிடப்பட்டது. கத்தி பிடித்த கை மண்வெட்டியைப் பிடித்தது.

வருடங்கள் நகர்ந்தன. டாக்டருக்கு மண்வெட்டியும் கடப்பாரையும் உறுதுணையாகிப் போய்விட்டன. ஆனால், மனத்தில் ஒரு குற்ற உணர்ச்சி வாட்டி வதைத்தது.

ஒருநாள் தெருவில் ஒருவன் குடை ரிப்பேருக்கான சாதனங்களை எடுத்துப் போய்க்கொண்டிருந்தான். டாக்டர், "குடை ரிப்பேர்! குடை ரிப்பேர்!" என்று அவனிடம் ஓடிச் சென்றார். கலாசாரப் புரட்சியில் அவன் குடை சரிபார்ப்பவனாகப்

போய்விட்டான். "என்னைத் தெரிகிறதா?" என்று டாக்டர் கேட்டார்.

"டாக்டர்."

"அது முந்தைய பிறவியில். அப்போது புரிந்த ஒரு மோசடி என்னை வாட்டி எடுக்கிறது."

"எல்லா மோசடியும் என்னைக் குணப்படுத்தியதில் ஒழிந்து போய்விட்டிருக்கும்.

"அங்கேதான் என் மோசடி."

"என்ன அது?"

"உங்கள் தலையிலிருந்து குளவி எடுத்தது."

"அன்றிலிருந்து நான் ஒரு நோய் நொடிவு இல்லாமல் இருக்கிறேன். எவ்வளவு குடைகள் ரிப்பேர் செய்திருக்கிறேன், தெரியுமா?"

"உங்கள் தலையை நான் ஆபரேஷனே செய்யவில்லை."

"என்ன?"

"அந்தப் புகைப்படங்கள் ஒரு மருத்துவப் புத்தகத்திலிருந்து எடுத்தவை."

"அந்தக் குளவி?"

"அதை நானும் நர்ஸுமாக மிகவும் கஷ்டப்பட்டுப் பிடித்து வந்தோம். அது அவளைக் கொட்டிவிட்டது. அதனால்தான் அவள் அடுத்தநாள் வரவில்லை."

அந்த மனிதன் டாக்டரை உற்றுப் பார்த்தபடியே நின்றான். அவன் முகம் மாறியது. தலையைப் பிடித்துக் கொண்டு, "ஐயோ, வண்டு குடைகிறதே! வண்டு குடைகிறதே! வலி தாங்க முடியவில்லையே!" என்று கூவியபடி தெருவில் ஓடினான்.

இந்தச் சீன மருத்துவக் கதைகளுக்கு ஆதாரம் ஒன்றும் கிடையாது. இவை இந்தியக் கதைகளாகவும் இருக்கலாம். ஐரோப்பியக் கதைகளாகவும் இருக்கலாம். குறைந்தது முன்னூறு ஆண்டுகள் பழையதாக இருக்கக்கூடும்.

2013 *கல்கி*

9. அடுத்த முறை

"ஏன்டா, நாளைக்கு எத்தனை மணிக்கு வீட்டைவிட்டுக் கிளம்பணும்?"

"ராத்திரி 10 மணிக்குக் கிளம்பினா சரியா இருக்கும்மா."

"டாக்ஸிக்குச் சொல்லிவெச்சாச்சா?"

"ரமா வீட்டுல சொல்லிவெச்சிருக்கேன். காரை 8 மணிக்கே அனுப்பிடுவா."

"அவ வீட்டுல எல்லாரும் சௌக்கியமா?"

"உனக்கு அவ வீட்டுல யாரைத் தெரியும்?"

"ஏன் தெரியாது? ஏன்டா, சம்பந்திகள் இல்லையா?"

ஸ்ரீகுமார் பேசவில்லை.

"ஏன்டா, நான் ரமாவைப் பாக்க வேணாமா? என் பேரக் குழந்தையைப் பாக்க வேணாமா?"

அம்மா கெஞ்சலாகக் கேட்டாள்.

"இப்போ நான் மட்டும்தாம்மா வந்திருக்கேன்."

"நீ இதுக்கு முன்னால ஒவ்வொரு தடவையும் அவளையும் அழைச்சுட்டுதான் வந்தாயாமே? இங்கே அழைச்சிட்டு வரவே இல்லை."

"நான் இதுக்கு முன்னால ஒரே ஒரு தடவைதான் வந்திருக்கேம்மா."

சிறுகதை தொகுப்பு

“அப்போ அழைச்சிட்டு வந்திருக்கக் கூடாதா?”

“அடுத்த முறை அழைச்சுட்டு வரேன்.”

“அடுத்த முறையா?”

அம்மாவுக்கு நம்பிக்கை இல்லை. நான்கு ஆண்டுகளுக்கு முன்பு அவன் அம்மாவைப் பார்க்க வந்தபோது, அம்மா மிகவும் பருத்து இருந்தாள். முகம் நன்றாகவே இல்லை. இந்த முறை இன்னும் மோசம். எழுந்து உட்கார முடியாதபடி ஊதிப்போயிருந்தாள். அடுத்த முறை என்று ஒன்று இருக்க வேண்டும்.

அம்மா இப்போது சம்பந்தி உறவு கொண்டாடுகிறாள். மருமகளையும் பேரனையும் பார்க்க ஆசைப்படுகிறாள். ஆனால், அவனும் ரமாவும் மாலையும் கழுத்துமாக வடபழனி கோயிலில் இருந்து வந்தபோது என்னவெல்லாம் நடந்தன? அம்மா எப்படி எல்லாம் கத்தினாள்? அவளுக்கு முதலில் ஒன்றுமே புரியவில்லை. யார் இந்தப் பெண்? தன்னுடைய மகன் ஏன் மாலையிட்டுக்கொண்டு இருக்கிறான்? அவளும் மாலையிட்டுக்கொண்டு இருக்கிறாளே? இருவரும் ஒரே மாதிரி மாலை... சட்டென்று அவளுக்குப் புலப்பட்டது. அவ்வளவுதான். அவள் போட்ட கூச்சலில் தெருவே கூடிவிட்டது. அவளுக்குத் தெரியாமல் அவளுடைய உதவாக்கரை மகன் கல்யாணம் செய்துகொண்டுவிட்டான். அந்தப் பெண் அவன் சம்பளத்துக்கு வேலை செய்யும் கடை முதலாளியின் பெண். வேறு சாதி. ஆனால், அந்தப் பெண்ணைச் சாதிவைத்துத் தரம் பிரிக்க முடியுமா? அவளுக்கு மட்டும் அப்பா, அம்மா இல்லையா என்ன? குடும்பம் இல்லையா? அவளுக்குப் பணம், படிப்பு, பெரிய பதவிகளில் இருக்கும் உறவினர்கள் உண்டு. அவளே இன்னும் ஏழெட்டு மாதங்களில் அமெரிக்கா செல்லப்போகிறவள் – இவை எல்லாம் ஒரு பொருட்டல்ல என்று பி.ஏ. கூடத் தேறாதவனைக் கல்யாணம் செய்துகொண்டவளை, அப்படிப்பட்ட ரமாவைக் கண்ணீரும் கம்பலையுமாக்கினாள் அம்மா. அன்று போனவள்தான் ரமா. திரும்ப அந்த வீட்டுப் பக்கம் வரவே இல்லை.

ரமா வீட்டிலும் வருத்தம்தான். ரமாவின் அப்பா சொன்னார், “என்கிட்ட சொல்லி இருந்தா, நான் எல்லாருடைய சம்மதத்தையும் கேட்டுப் பத்திரிகை வெச்சுக் கல்யாணம் செய்திருப்பேனே, தம்பி. ஏன் இந்தத் திருட்டுக் கல்யாணம்? உங்க அப்பா, அம்மாக்குச் சொன்னியா?”

ஸ்ரீகுமார் ஒரு மணி நேரத்தில் வீடு திரும்பி வந்துவிட்டான். ஆனால், கல்யாணம் நடந்தது நடந்ததுதான்.

“நீ வேலைக்குப் போக வேணாம். மறுபடியும் உன் கடைக்காரன் பொண்ணு மூஞ்சியில முழிக்க வேணாம்” என்று அம்மா சொன்னாள். அந்தக் கடை வெற்றிலை பாக்கு விற்கும் கடை அல்ல; பளபளவென்று இருக்கும் சூப்பர் மார்க்கெட். அவன் பதில் சொல்லவில்லை. அம்மாவே மேலும் சொன்னாள், “நான் உனக்கு நல்ல பொண்ணாப் பாக்கறேன்.” அன்று ஸ்ரீகுமார் அவனுடைய அம்மாவின் முகத்தை நேருக்கு நேர் பார்த்தான்.

“அம்மா, நீ அப்பாவைச் சித்ரவதை பண்றதோடு நிறுத்திக்கோ.”

அன்று அப்படி அவன் சொன்னபோது அப்பாவும் வீட்டில்தான் இருந்தார். அது மட்டுமல்ல; அம்மாவின் அப்பா, அம்மாவும் இருந்தார்கள். ஸ்ரீகுமார் பதில் சொன்னவுடன் வீடு நிசப்தம் ஆயிற்று. அம்மாவை அப்பா கல்யாணம் செய்துகொண்ட நாளில் இருந்து தன்னுடைய மாமனார் வீட்டிலேயே அப்பா தங்கிவிட்டார். அப்பாவின் அம்மா எங்கேயோ தனியாக ஒரு வீட்டில் இருந்தாள். “ரெண்டு நாள், நாலு நாள்ல ஒருதடவை வந்து பாத்துட்டாவது போயிட்டிரு. நீ சந்தோஷமா இருந்தாப் போதுண்டா” என்று அப்பாவிடம் சொல்லியிருந்தாள் பாட்டி.

ஸ்ரீகுமார் பிறந்த பிறகும் அம்மாவுக்குப் பயந்துகொண்டு மாமியார் வீட்டோடே அப்பா இருந்தார். மாதத்தில் 20 நாட்கள் டூர் போகும் பிரிவுக்கு அவரே அலுவலகத்தில் எழுதிக்கொடுத்தார். அவருடைய அம்மா செத்தபோது, அவர் நாகர்கோவிலில் இருந்தார். அந்த நாளில் ஐஸ் பெட்டி வசதி எல்லாம் கிடையாது. புரோகிதர் முகத்தை மூடித்தான் பாடை கட்டச் சொன்னார். அப்பாவுக்குத் தன் மனைவியை ஒரு வார்த்தை, ஒரு கேள்வி கேட்கத் தெரியவில்லை. ஒன்றுக்கும் உதவாதவனாக வளர்ந்த மகன் அதைச் செய்துவிட்டான்.

அன்றுமுதல் வீடே மாறிப்போயிற்று. ரமா சொல்லிச் சொல்லி ஸ்ரீகுமார் மீண்டும் பி.ஏ. பரீட்சைக்குப் பணம் கட்டினான். இந்த முறை உறுதியாகப் படித்தான். அதற்குள் ரமா அமெரிக்கா சென்றுவிட்டாள். தினமும் போன் செய்தாள். அவன் மேலும் மேலும் படிக்க யோசனை சொல்லியவண்ணம் இருந்தாள். வேறு சில பரீட்சைகளும் எழுதச் சொன்னாள். பாஸ்போர்ட்டுக்கு விண்ணப்பிக்கச் சொன்னாள். அமெரிக்காவில் கடைவைத்து நடத்திக்கொண்டு இருந்த அவளுடைய சித்தப்பாவை உத்தியோகம் தரச் செய்து, கல்யாணம் நடந்த இரண்டாண்டுக்குள் ஸ்ரீகுமாரை அமெரிக்கா அழைத்துக் கொண்டுவிட்டாள். புராண காலத்தில்தான் இத்தகைய பெண்கள் பற்றிக் கதைகள்

இருக்கின்றன. ஆனால், இந்த 20ஆம் நூற்றாண்டிலும் உண்டு என்று ரமா நிரூபித்துவிட்டாள்.

ஸ்ரீகுமார் அமெரிக்கா போகப்போகிறான் என்று அப்பாவுக்குத் தெரியும். ஆனால், ஊருக்குப் போகும் நாள் அன்றுதான் அவன் அம்மாவிடம் சொன்னான். அவளுக்கும் ஏதோ நடந்துகொண்டு இருக்கிறது என்று தெரியும். ஆனால் மகன் வீட்டைவிட்டு, நாட்டைவிட்டே போகப்போகிறான் என்று தெரிந்தவுடன் அதிர்ந்துவிட்டாள்.

இப்போது எவ்வளவோ வருஷங்கள் ஆகிவிட்டன. அப்பா, அம்மா செய்ய முடியாததை ஒரு பெண் செய்துவிட்டாள். உருப்படமாட்டான் என்று இருந்தவனை அமெரிக்காவில் ஒரு சிற்றுண்டிச்சாலைக்குச் சொந்தக்காரனாக்கிவிட்டாள்.

ஸ்ரீகுமார் அப்பாவிடம் தனியாகக் கேட்டான். “அம்மா ஏதாவது மருந்து சாப்பிடறாளா?”

“எப்பவும்தான் ஏதாவது சாப்பிட்டுட்டே இருப்பா. அவள் தங்கையே டாக்டர்தானே.”

“அது இல்லே. டிரக்ஸ் மாதிரி...”

“10 வருஷமாவே ஏதேதோ மருந்து சாப்பிடறாளே? அதில் ஒண்ணு வேலியம்னு தெரியும்.”

“அதெல்லாம் இப்போ தர்றதே இல்லையே?”

“எனக்குத் தெரியாதுப்பா. நீயே கேளேன்.”

“கேக்கத்தான் போறேன். ஏன் உடம்பு பூதமாப் போயிருக்குன்னாவது தெரிஞ்சுக்க வேண்டாமா? அம்மாவால நகரவே முடியலையே?”

“எனக்கு ஒண்ணுமே தெரியாது.”

“எப்படியப்பா உன்னால ஒண்ணுமே தெரிஞ்சுக்க முடியாம இருக்க முடியறது?”

அப்பாவிடம் ஒரு சிறு புன்னகை. “இப்போ 60 வயசாகப் போறது. நான் கேக்காத கேள்வியா, போடாத சண்டையா? ஒண்ணும் பிரயோசனம் இல்லை. பொண்டாட்டி வேண்டும், வீட்டுச் சாப்பாடு வேணும்னா அதுக்கு விலை இருக்கு. என்கூட வேலை பண்ணினவங்க எல்லாரும் ஆபீஸராயிட்டாங்க. நான் இன்னும் பொட்டியைத் தூக்கிண்டு இன்ஸ்பெக்ஷன் டியூட்டி போட்டுண்டு இருக்கேன். ஏன், நீகூடத்தான் ஒன் பொண்டாட்டி பின்னால போயிட்டே. ஒரு நாளைக்கு எனக்குனு ஒரு கடிதாசு போட்டிருக்கியா? ஒரு போன் பண்ணி இருக்கியா?”

"நான் போன் பண்ணினா அம்மாதான் எடுப்பா. எனக்குப் பேசப் பிடிக்கல."

"என்னோட பேசலாமே."

"நீ ஊர்ல இருக்கிறதில்ல. அதோட என்ன பேசறது? அப்பவே டுடோரியல் காலேஜ் போறேன்னு சொன்னேன். உனக்குப் படிப்பு வராது வராதுனு கிடைச்ச வேலையில சேரச் சொன்னே."

"அந்த வேலையில சேரலேன்னா, நீ அமெரிக்கா போயிருப்பியா?

"அந்த மாதிரி ஆகலேன்னா? அம்மா மாதிரி ஒரு பொண்ணை என் தலையில கட்டியிருப்பே. உனக்கு டூர் போற வேலை. எனக்கு அதுக்கு வழியே இல்லையேப்பா. இதெல்லாம் என்னைக்காவது யோசிச்சி இருக்கியா? இல்லேப்பா, நீ எனக்குச் செய்ய வேண்டியது ஒண்ணுமே சரியாச் செய்யலை."

அப்பா அழுதுவிடுவார் போலிருந்தது.

"வேண்டாம்பா. எதுக்கு இப்போ இதெல்லாம்? வேண்டாம். நான் அடுத்த முறை வர்றத்துக்கு அஞ்சு வருஷம்கூட ஆகும். இதெல்லாம் விட்டுடலாம்."

"அஞ்சு வருஷமா?"

"உங்களுக்கு ஒண்ணும் ஆகாது. இந்த நாள்ல எண்பது வயசெல்லாம் ரொம்பச் சாதாரணம். உங்க இரண்டு பேருக்கும் அறுபதுகூட ஆகலியே. எனக்குப் பணம் கொஞ்சம் சேரட்டும். உங்களையும் அம்மாவையும் ஒரு தடவை அங்கே அழைச்சுண்டு போறேன். இருந்தாலும் அம்மா பத்திதான் கவலையாயிருக்கு."

அப்பா மீண்டும் புன்னகை புரிந்தார்.

ஸ்ரீகுமாருக்கு ஆச்சர்யமாக இருந்தது. எவ்வளவு புதிர்கள் அந்த வீட்டில் இருந்தன.

அம்மாவிடம் மருந்து பற்றிக் கேட்பது அவ்வளவு எளிதாக இல்லை. அவன் அம்மாவிடம் 'நீ எப்படி இருக்கிறாய்' என்று என்றைக்குமே கேட்டது இல்லை. ஒரு காலத்தில் அம்மாவும் அவனுக்கு உணவு ஊட்டியிருப்பாள். கொஞ்சி இருப்பாள். எல்லாமே மறந்துவிட்டது. அவனுக்கு வயது இன்னும் முப்பது ஆகவில்லை. அதற்குள் இவ்வளவு மறதியா? ஞாபகம் வைத்துக்கொள்ளக் கூடாது என்றே மறந்த மாதிரி இருக்கிறது.

அம்மா பதில் சொல்லவில்லை. "ஏன், நீயுந்தான் ஏதேதோ மருந்து சாப்பிடறே" என்றாள்.

சிறுகதை தொகுப்பு

"நான் சாப்பிடறது எல்லாம் வைட்டமின்ஸ். மருந்து கிடையாது. ஆனா, உன்னுடையது சரியான டிரக்ஸ். உனக்கு யார் இதெல்லாம் எழுதித் தர்றா? மைக்கேல் ஜாக்சன் இதெல்லாம் சாப்பிட்டுத்தான் செத்தான்."

"நானும் செத்துப்போறதுக்குத்தான் சாப்பிடறேன்னு வெச்சுக்கோயேன்."

"என்ன பேசறம்மா?"

"எனக்குத் தூக்கம் போயிடுச்சு. இந்த மருந்தெல்லாம் இல்லைன்னா, இப்பவேகூடச் செத்துப்போயிடுவேன் ... துடிதுடிச்சு."

"நீ ஒழுங்கா டாக்டர்கிட்ட இருந்து மருந்து எழுதி வாங்கிக்கணும்மா. இப்பகூட நானே உன்னை அழைச்சுண்டுப் போறேன். எனக்கு இன்னைக்கு வேற வேலை இல்லை. நாளைக்கு ராத்திரிவரை இங்கேதான் இருக்கப்போறேன்."

"எனக்கு இருக்கிற மருந்து போதும். டாக்டர்கிட்ட போறதை அப்புறம் வெச்சுக்கலாம். உனக்குக் குழம்புப் பொடி, ரசப் பொடி திரிச்சுவெச்சிருக்கேன். இங்கே எனக்கு ஒத்தாசைக்கு ஆள் இல்லை. ஏதோ முடிஞ்சதைப் பண்ணியிருக்கேன்."

"இதெல்லாம் அங்கேயே கிடைக்குதும்மா. நீ கஷ்டப்படவே வேண்டாம்."

"வேணும்றயா, வேண்டாமா? ஏன், அவளுக்குப் பிடிக்கலயா?"

"அப்படியெல்லாம் இல்லம்மா. போன தடவை எடுத்துண்டு போனேனே, ரமா நீ எப்படிப் பண்ணறேனு எழுதிண்டு வரச்சொன்னா."

"இப்போ சொல்றே நீ."

"மறந்துட்டது."

அம்மா பதில் சொல்லாமல் அவள் அரைத்து வைத்த பொடிகளைக் கொண்டுவந்தாள். மிகுந்த அக்கறையோடு கட்டுக் கட்டிவைக்கப்பட்டு இருந்தது.

அம்மா குளிக்கப் போனபோது, அவன் அம்மா மருந்துகளைப் புரட்டிப் பார்த்தான். அவன் அதற்கு முன் அந்த மருந்துகளைப் பார்த்தது இல்லை. இந்தியாவில்தான் எவ்வளவு சுதந்திரம்? அங்கே எதற்கும் டாக்டர் சீட்டு வேண்டும். இங்கே ஒரு பனியன் போட்டுக்கொண்டு காலம் தள்ளிவிடலாம். அங்கே சட்டை மேலே சட்டை. கோட்டு. கோட்டுக்கு மேலே கோட்டு. கழுத்துக்கு மஃப்ளர். ஸ்ரீகுமாருக்கு மீண்டும் இந்தியாவுக்கு

வந்துவிட வேண்டும்போல இருந்தது. ஆனால், இப்போது முடியாது. அப்பாவைப் போல அவனும் ஒரு கைதிதான்.

கிளம்ப வேண்டிய நேரம் வந்துவிட்டது. அம்மா அவனைக் கட்டிக்கொண்டாள். அழுத மாதிரி தெரியவில்லை.

"அடுத்த வருஷம் உங்க ரெண்டு பேருக்கும் டிக்கெட் அனுப்பறேன். பாஸ்போர்ட்டுக்கு இப்பவே ஏற்பாடு செய்யணும். நீங்க ஒண்ணும் செய்ய வேண்டாம். எமிரேட்ஸ் மணிகிட்ட சொல்லியிருக்கேன். அவன் எல்லாத்தையும் செஞ்சுடுவான்" – இதைச் சொல்லும்போது அவனே மிகவும் பலவீனமானவனாக உணர்ந்தான். படுத்த படுக்கையாக இருந்த பாட்டியிடம் சென்றான். அவள் தூங்கிக்கொண்டு இருந்தாள்.

ரமா வீட்டு டிரைவர் பெட்டியைப் பின்னால் வைத்தார். அது மிகப் பெரிய கார். மூன்று வரிசை சீட்டுகள். ஸ்ரீகுமார் வண்டியில் ஏறி உட்கார்ந்தான். அப்பா விரும்பினால் விமான நிலையம்வரை வந்திருக்கலாம். ஆனால், வீட்டு வெளி வாசல்படி வரைகூட வரவில்லை.

"நீ தனியாத்தான் வரயா, குமார்" – கார் பின்னால் இருந்து குரல் கேட்டது. ரமாவின் அப்பா.

"உங்களுக்கு ஏன் இந்த நடுராத்திரியில தொந்தரவு? ஒரு மணி நேரமா கார்லியா உக்காந்திருந்தீங்க? வீட்டுக்கு வந்திருக்கலாமே. அம்மா – அப்பா ரெண்டு பேரும் இருந்தாங்க."

"பரவால்ல குமார். நான் நாலு மாசம் முன்னாலகூட டெலிபோன் பண்ணிப் பாத்தேன். சரியான பதில் கிடைக்கல."

"அம்மாவா?"

"இல்லை. ஆண் குரல்."

அவர் வருஷம் ஒருமுறை அமெரிக்கா வருகிறவர். அமெரிக்காவெல்லாம் அவருக்கு உறவினர்கள். ஆனால், சென்னையில் மாப்பிள்ளை வீட்டில் அனுமதி இல்லை.

நட்டநடுநிசியில் விமானம் கிளம்பியது. உணவு வேண்டாம் என்று சொல்லிவிட்டு, ஸ்ரீகுமார் தூங்கிவிட்டான். துபாயில் விமானம் மாற வேண்டும். நேரம் காலம் தெரியாமல் எப்போதோ அமெரிக்கா போய்ச் சேரும். மீண்டும் விமானம் மாறி அவன் ஊருக்குப் போக வேண்டும்.

அவன் ஊர் போய்ச் சேர்ந்தவுடன் ரமா வரவேற்றது எப்போதும்போல இல்லை. "உங்கள் அம்மா போய்விட்டாள்" என்றாள்.

"என்ன சொல்ற? நேத்தித்தான் பாத்தேன்."

"நேத்து இல்லை. முந்தாநேத்து. உங்க அப்பா போன் பண்ணினார்."

"எப்போ?"

"நீங்க சென்னையிலேந்து கிளம்பின அடுத்த நாள்."

ஸ்ரீகுமார் மலைத்து நின்றான்.

"தூக்கத்திலேயே போயிட்டாங்களாம். அன்னிக்கே எடுத்துட்டாங்க."

"அம்மா" என்று சொல்லியபடி ஸ்ரீகுமார் விமான நிலையத்திலேயே ஒரு நாற்காலியில் உட்கார்ந்தான். அவனுக்குத் துக்கமாகவும் இருந்தது, எங்கோ ஒரு மூலையில் ஆறுதலாகவும் இருந்தது. அதெப்படிச் சொல்லிவைத்த மாதிரி அவன் கிளம்பின இரவே உயிரை விட்டிருக்கிறாள். பாவம், அப்பா. ஒன்றும் புரியாமல் சாஸ்திரிகள் சொல்வதைத் திருப்பிச் சொல்லிக் கொள்ளி போட்டிருப்பார்.

அம்மா ஒரேயடியாகப் பருத்திருந்தாளே தவிர, சாகப் போகிறவளாகத் தெரியவில்லை. அவளாக அடுத்தமுறை இல்லை என்று தீர்மானித்துவிட்டாள். அப்பாவுக்குப் புரியாமல் இருக்கலாம். ஆனால், அவனால் யூகிக்க முடிந்தது. பத்து நாட்கள் சாப்பிட வேண்டிய மருந்தை ஒரே இரவில் சாப்பிட்டிருக்கிறாள்.

05.09.2012   ஆனந்த விகடன்

10. கண்டம்

அவள் 'வேண்டாம் வேண்டாம்' என்றுதான் சொன்னாள். இதுவரை பிறந்ததில் மூன்றில் இரண்டைப் பறிகொடுத்தாகிவிட்டது. இரண்டும் ஆண் குழந்தைகள். இப்போது பிறந்திருப்பதும் ஆண்தான். இன்னும் இருபது நாட்கள் ஆகவில்லை. அதற்குள் ஜாதகம் எதற்கு?

அவர், அவள் கணவனுக்கு மிகவும் வேண்டியவர்தான். ஜோசியர் இல்லை. அந்த ஊரில் மிகுந்த செல்வாக்குடைய காண்டிராக்டர். அந்த ஊரில் இருந்த ஐந்தாறு மோட்டார்சைக்கிள்களில் அவருடையதுதான் சக்தி மிகுந்தது. ஆனால் அவர் ஜாதகம் சரியில்லை. மனைவி அற்ப ஆயுளில் போய்விட்டாள். அவர் வேறு ஒரு பெண்ணை வீட்டுக்கு அழைத்து வந்துவிட்டார். அவர் மனைவி திடீரென்று போனதற்கு இதுதான் காரணமோ?

அவர் என்ன வேண்டுமானாலும் நினைத்துக் கொள்ளட்டும் என்று சமையல் அறைக் கதவருகே வந்து, "இப்போ வேண்டாம், முடியிறக்கினப்புறம் பார்த்துக் கொள்ளலாம்" என்று சொன்னாள். "அப்புறம் எனக்கு ஓய்ச்சல் இருக்காது" என்றார்.

"அப்படியானால் அவர் இருக்கும்போது வாருங்கள்" என்றாள்.

இது சுருக்கென்று பட்டிருக்க வேண்டும். அவர் உடனே எழுந்து போய்விட்டார்.

இன்னும் பிரசவக் களைப்பு தீரவில்லை. முதல் இரு பிரசவங்கள் அம்மா உதவியோடு நடந்தது. மூன்றாவதும் நான்காவதும் இங்கே தெரிந்தவர்கள் பார்த்துக் கொண்டார்கள். பிள்ளைக் குழந்தை இப்போது. இந்த நான்கு வாரக் குழந்தைதான். உடல் கஷ்டத்தைவிட இதுவாவது தங்க வேண்டுமே என்று விழித்திருந்த போதெல்லாம் கவலைப்பட்டுக் கொண்டிருக்கையில் ஜாதகம் எதற்கு?

மூத்தது ஆண்தான். அவள் கணவனே ஒரு பிரபல ஜோசியரிடம் சென்று ஜாதகம் கணித்துக் கொண்டு வந்தான். அவரிடம் கட்டணம் கொடுக்கப் போனபோது சொல்லி யிருக்கிறார்: "நீங்கள் வந்துவிட்டீர்கள், நானும் எழுதிக் கொடுத்து விட்டேன். ஆனால் குழந்தைக்கு ஒரு வருஷமாவது ஆவது நல்லது" என்றாராம்.

அன்று பல குடும்பங்களில் நான்கு பிறந்தால் இரண்டுதான் தங்கும். அந்த நாளில் குழந்தைகளுக்கு என்றே மூன்று நான்கு வியாதிகள். அதில் மிகத் தீவரமானது ஈரல் குலைக்கட்டி. அந்த ஒரு வியாதியை மட்டும் மிகக் குறைந்த செலவில் வைத்தியம் பார்த்தவர் சென்னையில் ஊர் நடுவில் மூன்று மாடிக் கட்டடம் கட்டிவிட்டார். ஆனால் அவரிடம் வைத்தியம் பார்த்த குழந்தைகளும் பல இறந்துவிட்டிருக்கின்றன. அவர் சொல்வார்: "அம்மா, நம்ம யத்தினத்தில் முடிந்தது எல்லாம் செய்து பார்த்தாகிவிட்டது. பகவான் மனதில் வேறு இருந்தால் நாம் என்ன செய்ய முடியும்?"

அவள் கணவன் அன்று மாலை வீடு திரும்பியதும் "காண்டிராக்டர் வந்தாரா?" என்று கேட்டான்.

"ஆமாம்."

"குழந்தை பொறந்த வேளை சொன்னயா?"

"சொன்னேன். அவர் என்ன, ஜாதகம் உடனே கணிக்க ஆரம்பித்துவிட்டார்? அவரை யார் ஜாதகம் கணிக்கணும்னு சொன்னது? இதுவரை பட்டது போதாதா? பெத்தவ வயிறு எரியறது உங்களுக்குத் தெரியலையா? மறுபடியும் மறுபடியும் இப்படிப் பண்றேளே?" அவள் ஓவென்று அழ ஆரம்பித்தாள்.

ஜோசியர் ஒரு வயதாவது ஆகட்டுமே என்று மட்டும் சொல்ல வில்லை. குழந்தைக்கு ஐந்து வயதுக்குள் ஒரு ஜலகண்டம்

இருப்பதுபோலத் தெரிகிறது என்றும் சொன்னார். அதை அவன் அவளிடம் சொல்லவில்லை.

அவர்கள் ஊரில் கிணறுகூடக் காணக் கிடைக்காது. பிள்ளையார் சதுர்த்திக்குப் பிறகு களிமண் பிள்ளையாரைத் தண்ணீரில் போட்டு வருவது பெரும் பாடாகிவிடும். அதனால் ஜலகண்டம் என்று சொன்னபோது அது தனக்குச் சம்பந்தமே இல்லாதது போல இருந்துவிட்டான்.

ஆனால் குழந்தைக்கு ஒரு வயதில் முடி இறக்க வேண்டி இருந்தது. அவர்கள் குடும்பத்தில் மாயவரம் அருகில் உள்ள வைத்தீஸ்வரன் கோயிலில் முதல் முடி; இரண்டாவது, திருப்பதி. இரு இடங்களுக்கும் அவன் வேலை பார்த்து வந்த இடத்திலிருந்து செல்வது கடினம். குறைந்தது பத்து நாள் லீவு போட வேண்டும். அவ்வளவு லீவு வருடத்தில் ஒரு முறைதான் கிடைக்கும். ஆதலால் முடி இறக்குவதோடு அப்பக்கம் உள்ள உறவினர்களைப் பார்த்துவிட்டும் வரத் திட்டம் போட வேண்டும்.

வைத்தீஸ்வரன் கோயில் போய் முடி இறக்கியாகிவிட்டது. பத்து வருடங்கள் கழித்துக் கோயிலைப் பார்க்கிறான். எவ்வளவு பெரிய கோயில்? எவ்வளவு அழகான கோயில்! அவர்கள் அங்கேயே ஒரு நாள் முழுதும் தங்கிப் பலமுறை சுவாமி தரிசனம் செய்தார்கள்.

குழந்தை முதல் முறையாக யானையைப் பார்க்கிறான். முதலில் பயந்தவன், இரண்டாவது, மூன்றாவதுமுறை பார்க்கும் போது யானையிடம் கொண்டு போ என்றான். மனம் நிறைவாக இருந்தது. வைத்தீஸ்வரன் கோயில் போனால் சீர்காழி போகாமல் இருக்கலாமா? அங்கும் பெரிய கோயில், பெரிய குளம்... அங்கும் குளித்துவிட்டுப் போகலாம் என்று அவன் சொன்னான்.

முதலில் அவன் மனைவி குளித்தாள். அப்புறம் அவள் குழந்தையைக் குளிப்பாட்டினாள். அவன் மறுபுறம் பார்க்க அவள் புடவையைச் சரியாகப் போர்த்திக் கொண்டாள். அவள் திரும்பிப் பார்த்தாள், "குழந்தை எங்கே?" என்று கேட்டாள்.

"அய்யையோ, குழந்தையைக் காணோமே? எங்கே என் குழந்தை! எங்கே என் செல்லம்!" அவள் கத்தினாள்.

குழந்தையை யாரும் தூக்கிப் போகவில்லை. அது சற்று நகர்ந்து தண்ணீரில் விழுந்திருந்தது. தலை முடியிருந்தால் பிடித்து

இழுத்துப் போட்டிருக்கலாம். அவர்களும் மற்றவர்களுமாக அதை வெளியே எடுத்தபோது குழந்தை உடல் நீலம் பாய்ந்துவிட்டது.

அவர்கள் ஊர் திரும்பி வெகுநாட்கள் கழித்துத்தான் அவனுக்கு ஜோசியர் சொன்ன இரண்டாம் தகவல் நினைவுக்கு வந்தது. அதை முன்னமேயே அவளிடம் சொல்லி இருந்தால் அவள் எல்லா நேரமும் குழந்தையைக் கையில் வைத்துக் கொண்டிருந்திருப்பாள்.

அவனும் அந்தக் காண்டிராக்டரிடம் வேண்டாமே என்றுதான் சொன்னான். அவராகவே வீட்டுக்கு வந்து அவளை அழ வைத்துவிட்டார்! ஆனால் அவனுக்குப் பார்க்க வேண்டும் போலவும் இருந்தது. இதற்குக் கண்டம் இருந்தால்? அவன் கடவுளை வேண்டிக் கொண்டான்: "எந்தக் குழந்தைக்குக் கண்டம் இல்லாமல் பார்த்துக்கொள்."

தீபாவளி மலர் 2013   ஓம் சக்தி

11. ஒரு நண்பன்

ஹரிகோபால் என்னை எச்சரித்தான்: "இதோ பார், நீ ரொம்ப 'ரெட்' ஆகுற. போலீஸ் பிடிச்சா என்ன ஆகும் தெரியாது!"

அவன் சொன்னதில் தவறு கிடையாது. ஆனால் இவன் யார், எப்போது பார்த்தாலும் என்னை இதைச் செய்யாதே அதைச் செய்யாதே என்று சொல்வது? விவிலியத்தில் கெய்ன், கர்த்தரிடம் சொல்வான்: 'நான் என்ன என் சகோதரனைக் காவல் காப்பவனா?' இதை அவன் சகோதரன் ஏபல்லைக் கொன்ற பிறகு சொல்கிறான். என்ன நெஞ்சழுத்தம்!

ஹரிகோபால், இந்த மாதிரி என் விஷயங்களில் தலையிடுவது இது முதல்முறை அல்ல. நான் இன்ஸ்பெக்டர் செண்பகராமனுடன் சினிமாவுக்குப் போனது, அவர் ஒருமாடி வீட்டுக்குப் போனபோது நான் அவருடன் இருந்தது எல்லாம் எப்படியோ தெரிந்துகொண்டு, "இதோ பார், நீ அந்தப் போலீஸ்காரனுடன் சுத்தினே. உனக்கும் சீக்கு வந்து அவன் மாதிரி ஆஸ்பத்திரில சாவே" என்று சொன்னான்.

செண்பகராமன், என்மீது எவ்வளவு அன்பு கொண்டிருந்தார் என்று அவனுக்கு எப்படித் தெரியும்? எப்படிப் புரியவைப்பது? அவர் அந்த மாடி வீட்டுப் பெண்ணிடம் கொண்டிருந்த அன்பும் அவள் அவர்மீது கொண்டிருந்த அன்பும் அவனுக்கு என்ன தெரியும்? இப்போது ஹோமி ஃபிரம்ரோஸுடன் நான் ஒருமுறை பேசியதை எப்படியெல்லாம் விமர்சிக்கிறான்?

எனக்கு முதல் நாளிலிருந்தே ஹோமி பற்றி வியப்பு. நான், இன்டர்மீடியேட் முதல் வருடம். அவன், இரண்டாம் வருடம். என் உயரம்தான் இருப்பான். முகத்தில் லட்சிய வேகம் பளிச்சென்று தெரியும். அவனை நான் எந்த அசட்டுத்தனமான சூழ்நிலையிலும் பார்க்கவில்லை. அவனாக என்னிடம் பேச வந்தபோது, ஹரிகோபால் குறுக்கிடுகிறான்!

இந்தியா, சுதந்திரம் அடைந்துவிடும் என்று தெரிந்துவிட்டது. ஆனால், மிகவும் கொண்டாடிவிட முடியாது. நாடெல்லாம் கலவரம். சாவுகள் ஆயிரக்கணக்கில். கொள்ளை, தீயிடுதல், பெண்களை நிர்மூலமாக்குதல். எங்கள் ஊரில் ஓரளவுக்குத்தான். ஆனால், வட இந்தியாவில், பஞ்சாபில், வங்காளத்தில், டெல்லியில் சொல்லி முடியாது. இதில் காந்தி வேறு உண்ணாவிரதம் இருக்கிறார்.

எங்கள் ஊரில் வெளியூர் செய்திப் பத்திரிகைகளுக்குத் தடை. ஆனால் வானொலியைத் தடைசெய்ய முடியாதே? எங்கள் நிஜாம் அரசின் ரேடியோவைக் கேட்கக் கூடாதா? யார் என்ன சொன்னாலும் நிஜாம் ரேடியோவில் 'ஃபர்மாயிஷ்' ஒலிபரப்பு மிகவும் நன்றாக இருக்கும். நூர்ஜஹான், சுரைய்யா, ஜோரா பேகம் பாட்டுகளாக ஒலிபரப்பும். எனக்கு அந்தப் பாடகர்களைப் பிடிக்கும். எங்கள் வீட்டில் ரேடியோ கிடையாது. ஆனால், பக்கத்தில் காஸிம் வீட்டில் நான்கு தெருக்களுக்குக் கேட்கும்படி ரேடியோ வைப்பார்கள். எனக்கு ஒரு சந்தேகம். அவர்கள் தங்களுக்குள் பேசிக்கொள்வதை யாரும் கேட்கக் கூடாது என்றுதான் ரேடியோவை உரக்கவைக்கிறார்களோ?

சுதந்திரம் வந்துவிட்டது, எங்களுக்குத் தவிர. ஹோமி இப்போது இன்னும் பரபரப்பானான். எவ்வளவு கூர்மையான புத்தி? எங்கள் கல்லூரியில் மிகச் சிறப்பாகப் பேசக்கூடிய நான்கைந்து பேர்களில் அவன்தான் முதல் இடம். எங்கள் கல்லூரியில் நல்ல பேராசிரியர்கள், ஆங்கிலத்துக்கும் ஐரோப்பிய வரலாற்றுப் பாடங்களுக்கும்தான். இந்தக் காரணத்தினால் நிறைய விவாதங்கள், நிழல் பாராளுமன்றம், நிழல் ஐ.நா. சபை என வருடத்தில் ஐந்தாறு பெரிய நிகழ்ச்சிகள் நடக்கும். நானும் பங்குபெறுவேன். என்றாலும் ஹோமி அளவுக்கு நான் பங்காற்ற முடியாது. அவன் எப்படி இவ்வளவு பொதுவுடைமை நூல்களைப் படித்தான் என்று நான் வியப்பேன். எனக்கு காந்தி, அகிம்சை, சத்தியாகிரகம் இதற்கு மேல் ஒன்றும் தெரியாது.

அன்று ஹரிகோபால் கல்லூரிக்கு வரவில்லை. நான் ஹோமியிடம், "நீ படிக்கும் புத்தகங்களில் ஏதாவது எனக்குப்

படிக்கக் கொடுப்பாயா? இரண்டே நாட்களில் படித்துவிட்டுத் தருகிறேன்" என்றேன்.

"உனக்குப் புரியாதே..." என்றான்.

"நான் படிப்பேன்" என்றேன்.

அவன் புன்முறுவல் செய்தான். அவனுக்குக் களையான முகம். அதில், அன்றுதான் முதல்முறை அவன் சிரித்து நான் பார்த்தேன். அவன் தணிந்த குரலில், "அவற்றை இங்கு கொண்டு வர முடியாது" என்றான்.

என் முகம் வாடிவிட்டது. "நீ இதற்கெல்லாம் அழுதுவிடு கிறாயே. இன்னும் எவ்வளவு போராட்டங்களைச் சந்திக்க வேண்டிவரும் தெரியுமா?" என்று கேட்டான்.

நாங்கள் எங்கள் வகுப்புகளுக்குப் போய்விட்டோம்.

மறுநாள் மாலை பஸ் ஸ்டாப்பில் அவன் என்னைத் தனியாக அழைத்து, "என் வீட்டுக்கு வருகிறாயா?" என்று கேட்டான்.

"ராணி கஞ்ச்தானே?"

"உனக்கு எப்படித் தெரியும்?"

"எனக்குத் தெரியும்."

"நாளை காலை வருகிறாயா? இது ரொம்ப ரகசியம்."

"நான் யாருக்கும் தெரியாமல படிக்கிறேன்."

இதைச் சொல்லித் திரும்பிப் பார்த்தேன். ஹரிகோபால் எங்களையே கவனித்துக் கொண்டிருந்தான்.

ஹோமி ஃபிரம்ரோஸ் வீட்டுக்கு நேர் வழி, ஆக்ஸ்போர்டு தெரு வழியாகச் சென்று ஜேம்ஸ் தெருவில் திரும்பி நேராக ராணி கஞ்ச் அடைவது. நான் அன்று செகண்ட் பஜார் வழியாகச் சென்றேன். அது மிகவும் குறுகலான கடைத் தெரு. அது செகண்ட் பஜார் என்றால், எது முதல் பஜார்? தெரியாது. எனக்கு மட்டும் இல்லை, நான் விசாரித்த யாருக்குமே தெரியவில்லை.

அது ஒரு பழைய மாடிக் கட்டடம். எப்போதோ பல ஆண்டுகளுக்கு முன்பு வெளிச் சுவருக்கு நீல நிறம் அடித்திருந்தார்கள். அது மிகவும் மங்கிப்போயிருந்தது. கீழே ஏதோ மோட்டார் உதிரிப் பாகங்கள் கடை. அதை ஒன்பது,

சிறுகதை தொகுப்பு

ஒன்பதரை மணிக்குத்தான் திறப்பார்கள். கட்டடத்தின் பக்கத்தில் ஒரு சிறு சந்து. அதன் வழியாகப் போனால் ஒரு சின்னக் கதவு. அங்கு மாடிப்படிகள் இருந்தன. காலையிலும் அங்கு இருட்டு. நான் தட்டுத் தடுமாறி மாடியை அடைந்தேன். கதவு மூடியிருந்தது. நான் மூன்று, நான்குமுறை ஹோமி பெயரைச் சொல்லிக் கூப்பிட்டேன். வயதான அம்மாள் கதவைத் திறந்தாள்.

"ஹோமி ஃபிரம்ரோஸ் இருக்கிறானா?"

"நீ யார்?"

"ஹோமியோடு நிஜாம் காலேஜில் படிப்பவன்."

"நீ சின்னப் பையனாக இருக்கிறாயே?"

"அவனுக்கு ஒரு வருஷம் ஜூனியர்."

அந்த அம்மாள் உள்ளே போனாள். நான் கதவருகே நின்றுகொண்டிருந்தேன்.

ஹோமி வந்தான். அவன் வெள்ளைச் சட்டை பைஜாமா அணிந்திருந்தான். என்னைப் பார்த்துவிட்டு உள்ளே போனான். தடிப் புத்தகம் ஒன்றைக் கொண்டுவந்தான்.

"பை ஏதாவது கொண்டு வந்திருக்கிறாயா?" என்று கேட்டான். அவன் மீண்டும் உள்ளே சென்று தடியானத் துணிப்பை ஒன்றைக் கொண்டு வந்தான். புத்தகத்தைப் பையில் போட்டுத் தணிந்த குரலில், "இதை யாரிடமும் காட்டாதே. உன் வீட்டில் யார் யார் இருக்கிறார்கள்?" என்றான்.

"எனக்கு இரண்டு அக்கா. அப்புறம் தம்பி தங்கை..."

"ஒரு அக்கா பி.ஏ.மேத்ஸ்., சரியா?"

"ஆமாம். உனக்கு எப்பிடித் தெரியும்?"

"இதை யாரிடமும் காட்டாதே. திரும்பக் கொண்டுவரும் போதும் பையில் போட்டுக் கொண்டுவா."

"உன் வீட்டில் யார் யார்?"

"அம்மா, அப்பா. அண்ணன் பம்பாயில் இருக்கிறான். அவன் எங்களோடு சண்டை."

"அம்மா நல்லவங்களாக இருக்கிறாளே?"

"அவன் 'வீட்டை விற்றுப் பணம் கொடு' என்கிறான். என் அப்பாவுக்கு பராலிசிஸ். இந்த வீடு மாதிரி எங்களுக்கு வேறே

கிடைக்காது. சரி, நீ போ. புத்தகம் ஜாக்கிரதை. யாரிடமும் காட்டாதே."

நான் அன்று கல்லூரிக்குப் போகவில்லை. ஹோமி கொடுத்த புத்தகத்தைப் படிக்க முயற்சி செய்தேன். அவன் சொன்னது சரி. அதன் நடை, சொற்கள் புரியவில்லை. சியாங் கே ஷேக்கைத் திட்டுவது தெரிந்தது.

நான் அடுத்த நாள் கல்லூரி போனபோது ஹரிகோபால் என்னை வெற்றிக் களிப்போடு பார்த்தான். "நான் சொன்னேன்ல, உன் சிவப்பு நண்பனைப் போலீஸ் இழுத்துண்டுப் போயிட்டாங்க."

"ஐயய்யோ!"

"இப்போ ஐயோ சொல்லி என்ன? அனந்தகிருஷ்ண ரெட்டி தெரியும்ல, அதான் மேட்ச்சல் ஜமீன்தார். அவன் மர்டர்லே இவனும் இருக்கான்."

"இவனுக்கு அவனைத் தெரியவே தெரியாதே!"

"ஏன் தெரியணும்?" இவன்தான் எல்லா ஜமீன்தாரையும் கொல்லணும்னு சொல்றானே ..."

எனக்கு அழுகை அழுகையாக வந்தது. ஹோமி ஃபிரம்ரோஸ் கொலை செய்கிறவன் இல்லை. ஆனால், இதை யாரிடம் சொல்வது?

நான் ஹோமி வீட்டுக்குப் போனேன். அவன் அம்மா என்னைக் கட்டிக்கொண்டு அழுதாள். அப்புறம் ரகசியமாக "நீ இங்கே வராதே. உன்னையும் போலீஸ் பிடிச்சுண்டு போயிடும்" என்றாள்.

நான் நேராக ஜேம்ஸ் ஸ்ட்ரீட் போலீஸ் ஸ்டேஷனுக்குப் போனேன். செண்பகராமன் உயிரோடு இருந்தபோது அங்கு நிறையப் போயிருக்கிறேன். அவர் கீழ் வேலை செய்த ஒரு சப் – இன்ஸ்பெக்டரைப் பார்த்தேன்.

"ஏமி பாபு?" என்று கேட்டார்.

"என் நண்பனை போலீஸ் கொண்டுபோய்விட்டார்கள்."

"பேரு ஏமி?"

நான் சொன்னேன்.

"இங்கே யாரும் அப்படி இல்லையே? அது ஹைடராபாட் போலீஸாக இருக்கும்."

"உங்களுக்குத் தெரிந்தவங்க அங்கே இருக்காங்களா?"

"ஹைடராபாட் போலீஸ், நாங்க இருக்கவே கூடாதுங்கிறாங்க. நான் சொன்னா கேட்பாங்களா?"

நான் கல்லூரிக்குப் போனேன். ஆங்கில வகுப்பில் என் பக்கத்தில் உட்கார்ந்து 'பீம்! பீம்!' என்று சத்தம் எழுப்பி என்னை வம்பில் மாட்டிவிடும் மஸஊத்தின் அப்பா, ஒரு பெரிய அதிகாரி. நான் ஒருமுறை போலீஸ் தடியடியில் மாட்டிக்கொண்டபோது அந்த மனிதன்தான் தடியடி ஆர்டர் கொடுத்தார்.

நான் மஸஊத்திடம் "ஹோமி ஃபிரம்ரோஸைப் போலீஸ் கொண்டுபோயிடுத்தாம்" என்றேன்.

"யார் . . . அந்தக் கம்யூனிஸ்ட்தானே?"

"அது தெரியாது. அவன் என் தோஸ்த்."

"நான் உன் தோஸ்த் இல்லையா?"

"நீயும் தோஸ்த்தான். அதனால்தான் உன் உதவியைக் கேட்கிறேன்." மஸஊத் யோசித்தான். "உனக்கு மஷீராபாத் ஜெயில் தெரியுமா?"

"தெரியும்."

"உனக்கு எப்படித் தெரியும்?"

"அதன் பக்கத்தில் இருக்கும் ஒரு தர்ஜிதான் எனக்கு பேன்ட் தைப்பார். அவர் என் அப்பாவுக்கு ரொம்பத் தெரியும்."

மஸஊத், அவன் நோட்டுப் புத்தகத்திலிருந்து ஒரு சிறு துண்டு கிழித்தான். அதில் உருதுவில் இரு சொற்கள் எழுதினான். "இதைக் கொண்டுபோய்க் காண்பி. முடியுமானால் ஏற்பாடு செய்வார்கள்."

நான் கல்லூரியிலிருந்து நேராக மஷீராபாத் போனேன். அது ஒரு கோட்டை. மிகப் பெரிய கதவில் ஒரு சிறு கதவு. அதுவே பெரிதாக இருக்கும். அங்கு இருந்த காவலாளியிடம் அந்தச் சிறு துண்டுக் காகிதத்தைக் கொடுத்தேன்.

அரைமணி கழித்து நீல நிற உடை அணிந்த ஒரு போலீஸ்காரன் என்னை உள்ளே அழைத்துப் போனான். அது மிகப் பெரிய சிறை. இருட்டில் ஓர் அறையில் ஹோமி கிடந்தான். நான் "ஹோமி" என்று மெதுவாகக் கூப்பிட்டேன். அவன் திடுக்கிட்டுத் திரும்பினான்.

"போ போ! இங்கே வராதே!" என்றான். அவனால் நிற்க முடியவில்லை. முகம், உடல் எல்லாம் காயம்.

"போ! வராதே இங்கே!" என்று மீண்டும் கத்தினான். நான் அழுதுகொண்டே திரும்பினேன். அவன் மெதுவாக "உஸ்" என்றான். நான் திரும்பினேன்.

அவன் மிகவும் மெதுவாக, "நான் கொடுத்ததை எங்கேயாவது புதைத்து வை" என்றான்.

நான் வீடு திரும்பி வீட்டுப் பப்பாளி மரத்தடியில் ஒரு பெரிய குழி தோண்டினேன்.

"என்னடா?" என்று அம்மா கேட்டாள்.

"ஒரு செடிக்காக . . ." என்றேன்.

அன்று இரவு ஹோமி கொடுத்த புத்தகத்தைப் புதைத்து வைத்தேன்.

ஹோமி, திரும்பி வரவே இல்லை. போலீஸ்காரர்கள் 'அவன் தப்பித்து ஓடிவிட்டான்' என்றார்கள். அது இல்லை என்று எனக்குத் தெரியும். அவன் இரு கால்களையும் உடைத்துவிட்டிருந்தார்கள். அங்கே மஷீராபாத்திலேயே கொன்று புதைத்திருப்பார்கள். திடீரென்று எங்கள் அப்பா இறந்துவிட்டார். இரு மாதங்களில் நாங்கள் சென்னை வந்துவிட்டோம்.

இது எல்லாம் நடந்து 65 ஆண்டுகள் சென்றுவிட்டன. ஹோமி ஃபிரம்ரோஸ் மஷீராபாத்தில் மண்ணோடு மண்ணாக மக்கிப்போயிருப்பான். அவன் கொடுத்த புத்தகம், பப்பாளி மரத்தடியில் மக்கிப் போயிருக்கும். நான் மக்கிப்போகக் காத்திருக்கிறேன்!

2013   ஆனந்த விகடன்

12. தந்தி

அங்கு எல்லாக் கடைகளும் மூடிக்கிடந்தன. ஆளரவமே இல்லை.

ஒரே ஒரு பிச்சைக்காரன் சட்டென்று விழித்துக் கொண்டு சங்கரனைப் பார்த்து விட்டான். "ஐயா, ஓரணாதாங்க. ஒரு டீ குடிக்கறேன்," என்றான்.

"நான் தரேன், தந்தி ஆபீஸ் எங்கே இருக்குன்னு தெரியுமா?"

"அது இங்கேந்து போய் எவ்வளவோ நாளாறதே?"

"இப்போ எங்கேருக்கு தெரியுமா?"

"எங்கேயோ சன் தியேட்டராண்ட போச்சுன்னாங்க. டீக்கு காசு தாங்க. சாமி."

அங்கேயும் இதே நிலைமை. கேட்க ஒரு ஆள் இல்லை. இரவில் நகரம் இப்படித்தான் இருக்குமா? மிகவும் பழக்கமான இடங்கள் புதிதாகத் தோன்றின. சில திசைகளில் பயமாகக் கூட இருந்தது.

வேறு வழியில்லாமல் ஒரு வீட்டின் கதவைத் தட்டிக் கேட்டான். அவர்கள் கோபிப்பார்கள் என்று உள்ளூர பயந்தான்.

பக்கத்து வீடு என்று ஒரு முதியவர் சொன்னார்.

அவன் தந்தி ஆபீசைக் கண்டுபிடித்து அதை அடைந்தபோது காலை மணி இரண்டாகியும் தந்தி ஆபிசில் இருந்த இருவரும் நன்கு விழித்திருந்தனர்.

"ஒருவர், என்ன, சீரியசா?" என்று கேட்டார்.

சங்கரன் "அம்மா செத்துட்டாங்க" என்றான்.

"எவ்வளவு தந்தி?"

"இரண்டு, இல்லை மூன்று."

தந்திக்காரர் மூன்று படிவங்கள் கொடுத்தார். மாமாவுக்கு 'அம்மா இறந்துவிட்டாள்' என்று எழுதி முழு முகவரியும் கொடுத்தான்.

"இன்னும் இரண்டையும் எழுதிடுங்க. சேர்ந்து அடிச்சுடலாம்" என்றார் தந்திக்காரர்.

இரண்டாவது அவ்வளவு எளிதில்லை. அது அவன் தம்பிக்கு. தம்பி எங்கிருக்கிறான் என்று அவ்வளவு தெளிவாகத் தெரியாது. சர்க்கார் உத்தியோகம். இருந்தால் என்ன? வீட்டில் சொல்லிப் போவதில்லை. அம்மா திடீரென்று போய்விட்டாள் ... தம்பி நாளை பிற்பகலுக்குள் வந்துவிட வேண்டும். அதற்கும் மேல் பிணத்தை வைத்திருக்க முடியாது.

தம்பி மத்தியத் தொழிலாளர் நலப் பிரிவில் வேலை செய்து கொண்டிருந்தான். திருவனந்தபுரம் போயிருக்கலாம். எங்கு தங்கி இருக்கிறான் என்று தெரியாது. ஆதலால் அந்த அலுவலகம் முகவரிக்கு அனுப்பலாம். ஆனால் அந்த முகவரியும் தெரியாது. ஆனால் மத்திய அரசு அலுவலகம் ஆனதால் தபால்காரர்கள் கொண்டு சேர்த்துவிடுவார்கள். ஆனால் அது காலை பத்து மணிக்கு மேல்தான். அம்மா போன துக்கம் போதாது என்று இப்படியொரு சோதனையா?

தம்பி பெயர், சென்னையிலிருந்து வந்தவன், அலுவலகம், திருவனந்தபுரம் என்று மட்டும் முகவரி எழுதினான். தந்திக்காரரிடம் கொடுத்தான். முதல் தந்தியில் சங்கடமில்லை. அவர் முகவரியில் ஒரு சொல் எடுத்துவிட்டார். பின் கோட் போதும், என்றார். இரண்டாவதைப் பார்த்து, "இது போகவே போகாதே!" என்றார்.

"சார், தம்பி ஊருக்குப் போகும்போது எங்கே, என்ன என்று சொல்லிவிட்டுப் போகவில்லை."

"இது அந்த ஆபீசுக்குப் பத்து பன்னிரண்டு மணிக்குத்தான் போகும். உங்க அம்மா எப்போ போனாங்க?"

"எட்டு மணிக்கு. நான் பக்கத்திலே இல்லே."

சிறுகதை தொகுப்பு

“ஏன், சினிமாக்குப் போயிருந்தாங்காளா?”

“டாக்டர் வீட்லே காத்திருந்தேன். ஒரு ஆள் இன்னொரு ஆள்னு அவர் எட்டேகால் வரைக்கும் காக்க வைச்சுட்டார்.”

“நீங்க சீரியஸ்னு சொல்லலையா?”

“எனக்குத் தெரியாது. எப்பவும் போலத்தான்னு நினைச்சேன்.”

“நான் இப்பவே அடிச்சுடறேன். ஆனா இது போய் உங்க தம்பி திருவனந்தபுரத்திலேந்து நாளைக்குள்ளே வந்துடுவார்னு நான் பிரார்த்தனை பண்ணலாம். வசதி இருந்தா ஐஸ் கட்டி வாங்கி அது மேலே வைக்கலாம். ஆனா வீட்லே கால் வைக்க முடியாது.”

தந்திக்காரர் அவராகவே சில சொற்கள் எடுத்து, சில சேர்த்துத் தந்தி அடிக்கப் போனார். “சங்கரன், சார், அர்ஜன்ட் தந்தி கொடுத்துடுங்க” என்று சொன்னான்.

“நீங்க சொல்லாட்டாலும் அர்ஜன்ட்டாத்தான் போகும்.”

சாவென்றால் பலருக்கு உதவத் தோன்றுகிறது. நள்ளிரவு தாண்டி இரண்டு மணிநேரம் கழித்தும் ஒரு தந்திக்காரருக்கு இவ்வளவு அனுதாபம் கொள்ளத் தோன்றுகிறது.

அவர் அந்த இரண்டு தந்தியும் அடித்துவிட்டு, “மூணுன்னு சொன்னீங்களே?” என்று கேட்டார்.

எனக்கு மறந்துவிட்டது.

“என்னங்க, இப்போ போய் மறந்திட்டதுன்னு சொல்றீங்களே. வீணா பொல்லாப்பு வந்திடுங்க.”

“ஐயோ, சித்தப்பாங்க.”

அதையும் எழுதிக் கொடுத்தான்.

எல்லாம் அர்ஜன்ட். முப்பது நாற்பது ரூபாய் ஆகும் என்று எதிர்பார்த்தான்.

தந்திக்காரர் கணக்குப் போட்டு, “ஆறு ரூபாய் அஞ்சணா” என்றார்.

“அர்ஜன்ட்டுக்கா?”

“ஆமாங்க. சாவு, சீரியஸ்னா சாதா ரேட்டுதான்.”

சங்கரனுக்கு வியப்பாக இருந்தது. அவன் வெளியே வந்தான். இலேசாகத் தூறல் போட்டுக்கொண்டிருந்தது. அம்மாவைத் தூக்கிப்போகையில் மழை இல்லாமல் இருக்க வேண்டும்.

உடலை வைத்திருந்தார்கள். அந்த நாளில் திருவனந்த புரத்திலிருந்து சென்னை வர வாரத்தில் மூன்று நாட்கள்தான் விமானம் உண்டு. அன்று அது சென்னை வரும் முறை. பகல் பன்னிரண்டு மணிக்கு வரும். விமான நிலையத்திலிருந்து வீடு வந்துசேர ஒரு மணிநேரம் ஆகும். அதுவரை காத்திருக்கலாம்.

ஆனால் தம்பிக்கு இதெல்லாம் தோன்ற வேண்டும். அதன் பிறகு விமானக் கட்டணத்திற்குப் பணம் இருக்க வேண்டும். இல்லையென்றால் யாரிடமாவது கடன் வாங்கிவர வேண்டும். வெளி ஊரில் இதெல்லாம் சாத்தியமா?

ஆனால் காத்திருந்தது வீண் போகவில்லை. திருவனந்தபுர அலுவலகத்தில் இரவு இரண்டரைக்கு அவசரத் தந்தி என்றதும் அலுவலகக் காவல்காரருக்குச் சந்தேகம் வந்துவிட்டது. தந்தியை எடுத்துக்கொண்டு மானேஜர் வீட்டுக்கு ஓடியிருக்கிறார். அவர் தம்பிக்குத் தந்தியைக் கொடுத்து விமான டிக்கெட்டும் ஏற்பாடு செய்துவிட்டார்.

தம்பி ஒரு மணிக்கு வந்துவிட்டான். அதுவரை சங்கரனுக்கு வராத அழுகை பொத்துக்கொண்டு வந்தது.

ஏதேதோ எப்போதோ நிகழ்ந்த துக்கங்களுக்கும் சேர்த்து இப்போது அழுதான்.

நவம்பர் 2013 *விஜயபாரதம்*

13. வைரம்

வீட்டில் 15 வயது, 13 வயதில் பெண்கள் இருந்தால் பாத்திரங்களும் நகைகளும் சேர்க்கத் தொடங்கிவிடுவார்கள். என் பெரிய அக்காவுக்குப் பார்த்த முதல் வரனே நாங்கள் வைரத் தோடு போடுவோமா என்று கேட்டதில் ஒன்றாவது வாங்கி வைத்துவிடுவது நல்லது என்று அப்பாவும் அம்மாவும் வைரத் தோடுக்குப் பார்க்கத் தொடங்கினார்கள்.

எங்கள் ஊரில் அன்று நகைக்கடை என்று கிடையாது. நகை செய்யும் கடைகள் நான்கு ஐந்து இருந்தன. அவர்களாகத் தங்கம் போட்டு நகை செய்யமாட்டார்கள். பழைய நகையை அழித்துப் புது நகை செய்வார்கள். வைரம் வாங்க வேண்டுமானால் ஹைதராபாத் போக வேண்டும்; அல்லது பட்டணம் போக வேண்டும். ஆனந்த விகடனில் வாராவாரம் சுரஜ்மல்ஸ் என்ற கடையின் விளம்பரம் வரும். பட்டணம் போக வேண்டும் என்றால் இன்னும் ஆறு மாதங்கள் காத்திருக்க வேண்டும்.

எங்கள் வீட்டில் வைரத் தோடு பார்க்கிறோம் என்ற செய்தி எப்படியோ வெளியே போய்விட்டது. யார் யாரோ வந்து "வைரத் தோடு பார்க்கறேளாமே. பாத்து வாங்குங்கோ" என்று புத்திமதி கூறிவிட்டுப் போனார்கள். இது என்ன புத்திமதி? எங்களுக்குப் புரியவில்லை.

ஊரில் எங்களுக்குத் தெரிந்தவர்கள் யாரும் வைரத் தோடு வாங்கவில்லை. ஊரில் ஒரு ஹைஸ்கூல் நிறையப் பெண்கள். பதினைந்து வயது தாண்டினால் வரன் தேட வேண்டும். எப்படி எங்கு வைரம்

அசோகமித்திரன்

வாங்குவது என்று யாருக்கும் தெரியவில்லை? ஒருத்தியில்லை, இரண்டு பெண்களுக்குப் பார்க்க வேண்டியிருக்கிறது. பட்டணம் போனால் உடனே கிடைத்துவிடுமா? அங்கேயும் தேடி அலைய வேண்டுமே. இதெல்லாம் சித்திரை வைகாசிக்குள் முடியுமா? எங்கள் வீட்டில் பெரிய கவலை வந்துவிட்டது.

என் அம்மாவுக்கு அவர் அப்பா வைரத் தோடு போடவில்லை. என் அத்தைகள் யாருக்கும் வைரத் தோடு போடவில்லை. வைரமென்ன, நகையே போடவில்லை என்றுகூடச் சொல்லலாம். ஆனால் என் அக்காவுக்குக் கல்யாணம் என்றால் வைரத் தோடு!

நாங்கள் தமிழ்நாட்டிலேயே இருந்தால் இந்தத் தோடு விஷயத்தில் இவ்வளவு கவலைப் பட்டிருக்கமாட்டோம். ஓரளவு தமிழ்நாட்டிலிருந்து விலகிப் போனதால் மிகச் சிறு விஷயங்களில் என்ன செய்வதென்று புலப்படாமல் திண்டாடுவோம், மனதைப் போட்டு வருத்திக்கொள்வோம்.

எங்கள் ஊரில் இரண்டு தபால் அமைப்புகள். ஒன்று, (ஆங்கில அல்லது) இந்தியத் தபால். இரண்டாவது, நிஜாம் தபால். இரு வேறு வேறு தபால்காரர்கள். இதில் நிஜாம் தபால்காரர் சொன்னார்: "நீங்கள் ஜெயகோபால் பங்களாவுக்குப் போங்கள்."

"அங்கே என்ன?"

"அவர்களுக்கு வைர வியாபாரமும் உண்டு."

"எங்கே இருக்கிறது ஜெயகோபால் பங்களா?"

"பட்னீ கம்பனிக்கு எதிரில்."

"போஸ்ட் ஆபீஸ் பக்கத்தில் இருக்கிறதே, அதுவா?"

"ஆமாம். ஆக்ஸ்போர்ட் தெருவில் பட்னிக்கு எதிர்வீடு ஜெயகோபால் பங்களா."

அந்தத் தபால்காரர் சொன்ன பங்களாவை என் ஸ்கூலி லிருந்து பார்க்க முடியும். நான் பலமுறை தெருவிலிருந்து எட்டி எட்டிப் பார்ப்பேன். அது மிகப் பெரிய காம்பவுண்டு. தெருவிலிருந்து பங்களா தெரியாது. ஆனால் நான் அம்மாவிடம், "எனக்கு அந்த வீடு தெரியும்" என்றேன்.

அன்று மாலையே நானும் அப்பாவும் அங்கு போனோம். ஆக்ஸ்போர்ட் தெருவில் இருந்த கேட் வழியாக உள்ளே ஒரு ஃபர்லாங்க் போனால் அங்கு ஒரு மிகப் பெரிய பங்களா

இருந்தது. ஓர் உள்ளூர் ஆள்தான் காவல்காரன். ஜெயகோபால் இருக்கிறாரா என்று கேட்டோம்.

"சின்ன பாபுவா? விளையாடப் போயிருக்கிறார். வர நேரம்தான்."

கால் மணிநேரம் கழித்து என் வயதுள்ள – அதாவது பத்து வயதுள்ள – பையன் வந்தான். "என்ன?" என்று கேட்டான்.

"ஜெய்கோபாலைப் பார்க்க வேண்டும்."

"என்னையா?"

"இங்கே யாரோ வைரம்..."

அந்தப் பையனுக்குக் கோபம் பொத்துக்கொண்டு வந்தது. "பீமா!" என்று கத்தினான். ஒரு பத்து வயதுப் பையன் ஒரு பெரிய ஆளைப் பார்த்து இப்படிக் கத்தி நான் பார்த்ததில்லை.

அந்த காவல்காரன், "பெரிய எஜமானனைப் பார்க்க வேண்டும் என்று ஏன் சொல்லவில்லை?" என்று எங்களைக் கோபித்துக்கொண்டான். நாங்கள் பார்க்க வேண்டியது ஜெய்கோபாலின் தாத்தாவை. அவர் பெயர் ராம்கோபால். அவரிடம் விஷயத்தைச் சொன்னோம்.

"நாங்கள் வியாபாரத்தை விட்டு மூன்று வருடங்கள் ஆகின்றன. குடும்பத்தில் ஒரு தோடு இருக்கிறது. அதைத்தான் கொடுத்துவிட எண்ணம்."

"பார்க்கலாமா?"

அந்த பங்களாவின் வெராண்டாவில் எங்களை உட்காரச் சொல்லிவிட்டு அவர் உள்ளே போனார். பத்து நிமிடம் கழித்து ஒரு சிறு வெல்வெட் பை கொண்டுவந்தார். அதை என் அப்பாவிடம் கொடுத்தார். அப்பா பையிலிருந்ததை எடுத்துப் பார்த்தார். எங்களுக்கு வைரம் பற்றி என்ன தெரியும்?

"என்ன விலை?" என்று அப்பா கேட்டார்.

"ஐநூறு," என்று பெரியவர் சொன்னார். அவர் என்ன வேண்டுமானாலும் சொல்லியிருக்கலாம்.

"நான் பணம் கொண்டு வரவில்லை," என்று அப்பா சொன்னார்.

“பரவாயில்லை. நீங்கள் எடுத்துப் போங்கள்.”

அப்பாவுக்குப் புரியவில்லை. பெரியவர் சொன்னார். “நீங்கள் ஒரு வாரம் பத்து நாட்கள் கழித்துக் கொடுக்கலாம்.”

எனக்கு வைரம் பற்றிச் சிந்தனையில்லை. நான் அவரை, “இந்தத் தெருக்கோடியில் சிலை இருக்கிறதே, அது நீங்களா?” என்று கேட்டேன்.

“திவான் ராம்கோபால் ஸ்டாச்சுவா? இல்லை, இல்லை. அவர் பரோடாக்காரர். நாங்கள் ஸுரத். அவர் செத்துப்போயே ஐம்பது, அறுபது வருடங்கள் ஆகப் போகிறது. எனக்கு ஸ்டாச்சு வெல்லாம் வராது.” இதைச் சிரித்துக்கொண்டே சொன்னாலும் ஒரு வருத்தமும் இருந்தது போலிருந்தது.

“நீங்கள் கிளம்புங்கள். எனக்கு ஒரு சின்ன பூஜை இருக்கிறது.”

அப்பா தோட்டுப் பையைப் பெரியவரிடம் கொடுத்தார். பெரியவர், “உங்களுக்குத் தோடு பிடிக்கவில்லையா?” என்று கேட்டார்.

“பார்க்கத்தான் வந்தேன், பணம் கொண்டுவரவில்லையே.”

பெரியவர் சொன்னார். “நீங்கள் எடுத்துப்போய் ஒரு வாரம் பத்து நாட்கள் கழித்துக் கொடுங்கள். வைரமெல்லாம் காய்கறி வாங்குவது போலில்லை. பார்த்துதான் செய்ய வேண்டும். வைரத்தில் புது வைரம் பழைய வைரம் என்று கிடையாது. இதுவே ஆயிரம் வருஷம் பழையதாக இருக்கலாம். இதை நாங்கள் எங்கள் மருமகளுக்குப் போட்டோம்.”

“பின் ஏன் விற்கிறீர்கள்?”

“அவள் செத்துப் போய்விட்டாளே?”

“எப்படி?”

“யாராவது நம்புவார்களா? பிளேக் வந்து போய்விட்டாள்.”

“அப்போது வேண்டாம்.”

“அப்படிச் சொல்ல வேண்டாம். வைரம் அவளுக்கு ஒத்து வரவில்லை என்பதால் உங்களுக்கும் ஒத்து வராது என்று சொல்ல முடியாது. எடுத்துப் போங்கள். ஒரு வாரம் பத்து நாட்கள் பாருங்கள். வீட்டில் எல்லாம் சரியாக இருந்தால் எடுத்துக்கொள்ளுங்கள். இல்லாது போனால் திருப்பிக் கொடுத்துவிடுங்கள். எனக்கு

ஒரு வியாபாரியிடம் கொடுப்பதைவிட ஒரு சம்சாரியிடம் கொடுப்பதில் சந்தோஷம். வியாபாரியிடம் நான் இரண்டாயிரம் என்று சொல்வேன். அவனும் கொடுத்துவிடுவான். அடுத்த நாளே நாலாயிரத்துக்கு விற்றுவிடுவான்."

நாங்கள் வீடு திரும்பும்போது இருட்டிவிட்டது அம்மாவுக்கு ஆச்சரியம். "வாங்கிண்டே வந்துட்டேளா?"

"வர வாரம் தர வேண்டும்."

"எவ்வளவு?"

"ஐநூறு." ராம்கோபாலின் மருமகளைப் பற்றி ஏதும் சொல்லவில்லை.

"என்னிடம் இருநூறு இருக்கு."

"முதல்லே இது வைரம்தானான்னு விசாரிக்க வேண்டாமா?"

"ஓஎஸ்ஸாரைக் கேக்கலாம்."

"ஓஎஸ்ஸாரையா? நீயா சொல்றே?"

"அவர்தான் கொஞ்சம் ஜோசியம் தெரிஞ்சவர். அந்த மாதிரி மனுஷாளுக்கு வைரம் பத்தித் தெரியும்."

அம்மாவுக்கு ஓஎஸ்ஸாரைக் கண்டாலே பிடிக்காது. அவராக எங்கள் வீட்டுக்கு வந்து பிறந்த குழந்தைகளுக்கு ஜாதகம் கணித்ததால்தான் எனக்கு முன்பு பிறந்த இரண்டு ஆண் குழந்தைகள் செத்துப்போயின என்று சாபமிட்டு அழுவாள். எனக்கும் அந்த மனுஷரைப் பிடிக்காது. அவர் எந்த வீட்டுக்குப் போனாலும் சிகரெட் குடிப்பார்.

அன்றிரவே ஓஎஸ்ஸாருக்குச் சொல்லியனுப்பியது. அவரும் அவருடைய ஓட்டை மோட்டார் சைக்கிளில் வந்தார். "எங்கே?" என்று கேட்டார். அம்மா அந்தச் சிறு வெல்வெட் பையைக் கொடுத்தாள். ஓஎஸ்ஸார் எடுத்துப் பார்த்தார். "இவ்வளவு பெரிய தோடா? வைரமே ஒன்றரை காரட் இருக்கும் போலிருக்கே?" என்றார். ராம்கோபால் மருமகளைத் தன் மகளாகத்தான் நினைத்திருக்கிறார்.

"ஃபிர்ஸ்ட் கிளாஸ் ப்ளூ ஜாகர்," என்று ஓஎஸ்ஸார் சொன்னார்.

"அப்படீன்னா?"

"வைரத்திலேயே ரொம்ப ஒஸ்தி. இதைப் பாருங்கோ – நீல டால் அடிக்கிறதா?"

எனக்கு ஒன்றும் தெரியவில்லை. என் அக்காக்கள் ஆவலோடு தோடைப் பார்த்தார்கள்.

"கண்ணை மூடிண்டு வாங்கிப் போடுங்கோ. நீங்க வாங்கலேன்னா நான் வாங்கிக்கறேன்."

நாங்கள் அன்று மாலையே ராம்கோபாலைப் பார்த்தோம். 'என்ன அவசரம்? ஒரு வாரம் வீட்டில் வைத்துப் பாருங்கள். வைரம், நீலம், கெம்பு எல்லாம் எல்லாருக்கும் ஒத்துப் போகாது. நான் அன்றைக்கே சொன்னேனே?"

"இல்லை, நாங்க முடிவு பண்ணிவிட்டோம். வீட்டில் எல்லாருக்கும் பிடித்துவிட்டது."

"ஈசுவரனுக்குப் பிடிக்க வேண்டுமில்லையா?"

இதையெல்லாம் மீறித்தான் நாங்கள் அந்தத் தோடை வாங்கினோம். அடுத்த ஆண்டு, முதல் அக்காவுக்குக் கல்யாணம். ராம்கோபால் தோடைக் கொடுக்க மனதில்லாமல் வேறு தோடு வாங்கிப் போட்டோம். எங்கள் சித்தி எங்களுக்காக இரண்டு ஜதையாக வாங்கிக் கொடுத்தாள். அவளுக்குக் குழந்தைகள் கிடையாது.

மூன்று ஆண்டுகளுக்குப் பிறகு இரண்டாவது அக்காவுக்குக் கல்யாணம். அவளுக்கும் வைரத் தோடு. சித்தி வாங்கிக் கொடுத்தது.

ஆனால் வீடு சுகப்படவில்லை. பெரிய மாப்பிள்ளை நகைகளையெல்லாம் பிடுங்கி வைத்துக்கொண்டு ஒரு பாசஞ்சர் டிக்கெட்டை வாங்கி மாயவரத்திலிருந்து அக்காவைத் திருப்பி அனுப்பினான். உடம்பெல்லாம் கட்டை கொண்டு அடித்த காயங்கள். இது பேதாதென்று இரண்டாம் கல்யாணம் வேறு செய்துகொண்டான்.

இரண்டாமவன் குடையை வைத்து என் அக்காவை எங்கள் முன்னாலேயே அடிப்பான்.

எனக்கு வயது பதினைந்து. வீடே எப்போதும் வேதனையிலும் திகிலிலும் இருந்தது. அப்பாவுக்கு மார்புச்சளி. நானும் அப்பாவும் ஒரு வைத்தியரிடம் போகும்போது அப்பாவிடம் சொன்னேன். "அந்த வைரத் தோடுக்காரர் அப்பவே சொன்னார். அவர்

தோடு நம்ம வீட்டுக்குச் சரியில்லை. அவர் எப்பொ வேணாத் திருப்பிக் கொடுக்கலாம்னார். நாம அதை அவரிடமே திருப்பிக் கொடுத்தால் என்ன?"

அப்பா பதில் சொல்லவில்லை. ஆனால் அடுத்த நாள் என்னையும் அழைத்துக்கொண்டு அந்த ராம்கோபால் வீட்டுக்குப் போனார். அப்பா மனதுக்குள்ளே தவித்துக்கொண்டிருந்தது தெரிந்தது.

அதே காவல்காரர். "என்ன?"

"ராம்கோபால் சாபைப் பார்க்க வேண்டும்."

பீமா சிரித்தார். "ஏம்பா?" என்று அப்பா கேட்டார்.

"அவர் செத்துப்போய் இரண்டு வருஷங்களாகிவிட்டது."

"எப்படி?"

"யாரும் நம்ப மாட்டார்கள். பிளேக் வந்து போயிட்டார்."

பொங்கல் மலர் 2014 தி இந்து

14. கோட்டை

முதல் வரிசையில் பன்னிரண்டு வீடுகள். இரண்டாவதில் ஏழு. முதலாம் உலக யுத்தத்தில் பிரிட்டிஷ் துருப்புகள் தங்குவதற்காகக் கட்டப் பட்டது. சீமை ஓடு போட்ட கூரை. சூடு அதிகம் தெரியக்கூடாது என்று மிக உயரமான சுவர்கள். யுத்தம் முடிந்து பல வருடங்கள் காலியாகவே இருந்திருக்க வேண்டும். நிஜாம் தன் சமஸ்தானத்தில் இருந்த ரயில்வேயைப் பிரிட்டிஷ்காரர்களிடமிருந்து வாங்கியபோது லான்சர் பாரக்ஸையும் சேர்த்து வாங்கிவிட்டார். அந்தப் பத்தொன்பது வீடுகளில் பதினெட்டு 'ரன்னிங்க் ஸ்டாஃப்' என்று அறியப்படும் கார்ட், டிக்கெட் எக்ஸாமினர் போன்றவர்களுக்கு. ஒரே ஒரு வீடு ரயில்வே காரியாலயத்தில் பணி புரிபவருக்கு. எங்கள் தகப்பனார் இருபது ஆண்டுகள் காத்திருந்து பெற்ற வீடு.

முதல் சில மாதங்கள் ஒரு தொந்திரவு இல்லை. ஆனால் எங்கள் வீட்டில் மாடு வந்தவுடன் நாங்கள் பதினெட்டு வீட்டாருக்கும் வேண்டாதவர்கள் ஆகிவிட்டோம்!

மாட்டை வைத்துக்கொண்டு நாங்கள் பட்டபாடு யாருக்கும் தெரியவில்லை. உலகிலேயே நாங்கள் மட்டும்தான் கறந்த பாலைக் குடிப்பதுபோல எல்லாரும் முகத்தைத் திருப்பிக் கொண்டார்கள். நாங்கள் பல நாட்கள் எங்கள் அண்டை அயல் வீட்டாருக்கு இலவசமாக மோர் கொடுத்திருக்கிறோம். மோருக்கு முதலில் பாலைக் காய்ச்ச வேண்டும். பால் ஆறிய பிறகு துளி தயிர்

விட்டு அதைத் தயிராக்க வேண்டும். அப்புறம் தயிர் கடைய வேண்டும். மிகுந்த நேரமும் பொறுமையும் தேவைப்படும் பணி அது.

அந்த லான்ஸர் பார்க்ஸில் எல்லாருடைய வீடுகளிலும் மாடு வைத்துக் கொள்ளும்படி கொல்லைப்புறம் இருந்தது. பலர் கோழி, ஆடு வளர்த்தார்கள். ஒருவர் வீட்டில் புறா இருந்தது என்று நினைக்கிறேன். ஆனால் மாடு நாங்கள் மட்டும்தான்.

நாங்கள் லான்ஸர் பார்க்ஸில் இருந்த பதின்மூன்று ஆண்டுகளில் பன்னிரண்டு ஆண்டுகள் மாடுகளும் எங்கள் குடும்பத்தில் பங்கு பெறுபவையாக இருந்தன. எங்கள் கண் முன் ஒரு பசு மாடு, ஓர் எருமை உயிரை விட்டிருக்கின்றன. கன்றுகளும்தான். மாட்டுப் பிரசவங்கள் ஏழு எங்கள் கொல்லைப்புறத்தில் நிகழ்ந்திருக்கின்றன. நாங்கள் மாடுகளினால் எவ்வளவு கவலைப்பட்டிருக்கிறோம், கண்ணீர் விட்டிருக்கிறோம் என்று எங்களுக்குத்தான் தெரியும். மாடு சிறிது காலாறட்டும் என்று நீண்ட கயிறுகொண்டு வெளியே மரத்தில் கட்டிவைத்தால் யாரோ அதை அவிழ்த்து விட்டு விடுவார்கள். யாரோ ஒரு நல்லவன் பிளேட் கொண்டு மாட்டைக் காயப்படுத்தியிருப்பான். ஒருவன் ஆணி கொண்டு மாட்டின் வயிற்றில் குத்தியிருப்பான். நாங்கள் மாட்டைத் தேடி அலைவதை இந்து முஸ்லிம் கிருத்துவர் என்ற பாகுபாடு இல்லாமல் ரசித்திருக்கிறார்கள்.

மாடுகள் தொலைந்து போக வேண்டுமென்று ஓடிப் போவதில்லை. பால் கொடுக்கும் மாட்டை இருவேளை கறக்காவிட்டால் அது சித்திரவதைக்கு ஒப்பாகும். ஆனால் அதற்குப் புது இடங்களைப் பார்ப்பதில் ஆர்வம். பசு மாடுகள் அதிக தூரம் போகாது. ஆனால் எருமைமாடு பல மைல்கள் போனபிறகுதான் வீட்டையும் அங்கே காத்திருக்கும் கன்றைப் பற்றியும் நினைக்கும்.

இந்தமுறை எங்கள் வீட்டில் இருந்த எருமை மாடு காணாமல் போய்விட்டது. பதினைந்து அடி நீளமுள்ள கயிறு கொண்டு மரத்தில் கட்டியிருந்தோம். யாரோ அவிழ்த்து விட்டிருக்கிறார்கள். வழக்கம்போல அதைத் தேடிக்கொண்டு நான் போனேன்.

வீட்டிலிருந்து அரை மைல் தூரத்தில் இருந்த குட்டையைப் பார்த்தேன். இல்லை. குன்றுகள் திசையில் போனேன். அங்கும் இல்லை.

லான்ஸர் பார்க்ஸின் கிழக்கு திசையில் அந்த நாட்களில் மைல்கணக்கில் கட்டாந்தரை மேடும் பள்ளமுமாகப் பரந்து கிடக்கும். குட்டைக்கு எதிரே எப்போதும் பூட்டியிருக்கும் ஓர்

இடுகாடு. மாட்டுக்கு உண்மையிலேயே வழி தெரியாமல்தான் போயிருக்கும்.

நான் மேடு பள்ளமாயிருந்த பகுதியெல்லாம் தாண்டி வெகு தூரம் வந்துவிட்டேன். இதுவரை அந்தத் திசையில் அவ்வளவு தூரம் நான் போனதில்லை. எனக்குத் தூரம் பற்றிக் கவலை இல்லை. ஆனால் சைக்கிளுக்கு ஏதாவது ஆகிவிட்டால் அதைத் தள்ளிக்கொண்டு வீடு போய்ச் சேர மணிக்கணக்கில் நேரம் பிடிக்கும்.

நான் ஒரு கிராமத்தை அடைந்தேன். பரம ஏழைகள் உள்ள கிராமம். சில குடிசைகளில்தான் அடுப்பு புகைந்தது.

அந்தக் கிராமத்தையும் கடந்து சென்றேன். பெரிய சாலை. சாலைக்கு மறுபுறத்தில் பெரிய மேடு. மேட்டின் மீது சிதிலமான கோட்டை.

நான் எருமை மாட்டைத் தேடாமல் அந்த மேடுமீது ஏறினேன். கோட்டை என்னைப் பிடித்திழுத்தது.

அதை மேடு என்று சொல்வது சரியில்லை. ஒரு குன்று. கோட்டை கட்ட எவ்வளவு பேர் வேண்டியிருந்ததோ? சுண்ணாம்புக் காரையை எங்கு அரைத்தார்கள்? பாறைகளையும் செங்கல்களையும் எப்படிக் குன்று மீது கொண்டு சேர்த்தார்கள்? ஒரு விதத்தில் வியப்பு. ஒரு விதத்தில் இது என்ன வெட்டிவேலை என்றும் தோன்றியது.

கோட்டை நடுவில் சிறிய அரண்மனை. கதவு ஜன்னல் எல்லாவற்றையும் யாராரோ எடுத்து அடுப்பு எரியப் பயன்படுத்தியிருப்பார்கள். அப்படியும் அரண்மனை திகைக்க வைப்பதாக இருந்தது. ஒரு காலத்தில் இங்கு நிறையப் பேர் வசித்திருக்க வேண்டும். எப்படி எல்லாரும் காணாமல் போய் விட்டார்கள்? அந்த ராஜாவையோ ஜாகிர்தாரையோ யாரோ கொன்றிருக்க வேண்டும். கோட்டைகள் எல்லாம் தாக்குதல் ஏதும் இல்லாதவரைதான் பாதுகாப்பு. தாக்குகிறவர்கள் காவல் நிற்பவர்களைக் கொன்றுவிட்டுக் கோட்டைக்குள் புகுந்துவிட்டால் கோட்டைக்குள் இருப்பவர்கள் பலி ஆடுகளாகிவிடுவார்கள்.

நானும் பல கோட்டைகள் பார்த்திருக்கிறேன். சூறையாடல் இந்தக் கோட்டையின் ஒவ்வொரு பகுதியிலும் நிகழ்ந்தது தெரிந்தது. இந்த மனிதன், அவன் ஆட்சிக்கு உட்பட்டவர்களைச் சித்திரவதை செய்து சேர்த்த பணம், நகை எல்லாம் ஒரு தாக்குதலில் போய்விட்டிருக்கும். அவன் குழந்தைகள், ஆசை நாயகிகள் எல்லாரும் சிதைந்து போயிருப்பார்கள். கோட்டைச்

சுவர்கள் மட்டும் மனிதனின் முட்டாள்தனத்தையும் குரூரத்தையும் நினைத்து நினைத்துச் சிரித்துக்கொண்டே இருப்பதுபோலப் பல நூற்றாண்டுகள் நின்று கொண்டிருக்கும்.

சிறிது நேரம் வெயிலையும் பொருட்படுத்தாது குட்டிச் சுவரான அந்த அரண்மனையில் உட்கார்ந்திருந்தேன். பிறகு கீழே இறங்கினேன்.

கிராமத்தில் ஒரு குடிசைக்காரரிடம், "இது யாருடைய கோட்டை?" என்று கேட்டேன். அந்த மனிதர் கையை விரித்தார். "ரொம்ப நாளாக இப்படித்தான் கிடக்கிறது."

"பேர் ஏதும் கிடையாதா?"

"எனக்குத் தெரியாது. நாங்கள் யாருமே அங்கே போவது கிடையாது. ஆடுகள் மட்டும் ஏறிப்போகும். அங்கே புழுக்கை போட்டுவிட்டு இறங்கும்."

எனக்கு எங்கள் வீட்டு எருமை நினைவுக்கு வந்தது. "இங்கே எருமை மாடு ஏதாவது வந்ததா?"

"ஆமாம். கட்டிப்போட்டிருக்கிறோம். அது கோட்டைக்குள் போக இருந்தது."

"ஐயய்யோ, அது கறவை மாடு."

"தெரியும். நீ வராவிட்டால் நாங்கள் கறந்திருப்போம். ஆனால் ஜாதி மாடு. லேசில் கறக்க விட்டிருக்காது. நீ எங்கிருந்து வருகிறாய்?"

நான் சொன்னேன். அந்த இடமெல்லாம் அந்த மனிதருக்குத் தெரியாது. மாட்டை ஒரு கட்டை வண்டிச் சக்கரத்தில் கட்டியிருந்தார்கள். எங்கள் கயிறுதான். மாடு என்னைப் பார்த்து அலைபாய்ந்தது.

"இங்கே யாராவது என் கூட வரமுடியுமா? மாட்டை ஏன் கோட்டையில் ஏற விடவில்லை?"

"கோட்டை நல்ல இடம் இல்லை. அப்பன் பிள்ளையைக் கொன்றிருப்பான். பிள்ளை அண்ணாவைக் கொன்றிருப்பான். அம்மாக்காரி யார் யாருக்கோ விஷம் வைத்திருப்பாள். கோட்டை நல்ல இடமே இல்லை."

"மாட்டை நான் ஒருவனாக ஓட்டிப் போக முடியாது. யாராவது என்னுடன் வந்தால் என் அம்மாவிடம் சொல்லி மோர் தரச் சொல்லுவேன்."

"நானே வருகிறேன். சோறும் தரவேண்டும்."

நாங்கள் இருவருமாக மாட்டை ஓட்டி வந்தோம். நான் கோட்டை பற்றிக் கேட்டபோதெல்லாம் பதில் இருக்காது. நாங்கள் லான்சர் பார்க்ஸை நெருங்கி விட்டோம். மாட்டிற்கு வீடு தெரிந்தவுடனே எங்களிடமிருந்து ஒரு பாய்ச்சலில் விடுவித்துக் கொண்டு வீட்டிற்கு ஓடியது.

"ஜாதி மாடு. இதைப் போய் நீங்கள் தொலைத்து விடுகிறீர்களே?"

நான் பதில் சொல்லவில்லை.

வீட்டிலும் யாரும் வாயைத் திறக்கவில்லை.

நான் மீண்டும் ஒருமுறை அந்தக் கோட்டையைப் பார்க்க வேண்டுமென்று நினைத்துக் கொண்டேன், அது முடியாமல் போய்விட்டது. அந்தக் கோட்டைக்கு ஒரு விபரீதமான வரலாறு இருந்திருக்க வேண்டும். அந்தக் கிராமத்து மனிதனுக்கு எல்லா விவரமும் தெரிந்திருக்க வேண்டும். மாடு காணாமல் போன நாளன்றே அதை நான் நன்றாகச் சுற்றிப் பார்த்திருக்க வேண்டும். இனிமேல் முடியவே முடியாது என்றிருந்த நீண்ட பட்டியலில் அந்தக் கோட்டையும் சேர்ந்து கொண்டது.

2014   சொல்வனம்

15. இரண்டு விரல் தட்டச்சு

நிஜாம் ரெயில்வேயில் முப்பது நாற்பது ஆண்டுகள் பழையதான பொருள்களை 'கண்டம்ண்டு' என்று வந்த விலைக்கு விற்றுவிடுவார்கள். என் அப்பா அப்படித்தான் ஒரு மிகப் பெரிய மேஜையை வாங்கி வந்திருக்கிறார். பாதி அறை அதற்குப் போயிற்று. நாற்காலிகள் நான்கு. ஒவ்வொன்றும் ஒரு மாதிரி. வீட்டில் இடமே இல்லை. ஒரு நாற்காலியை எப்போதும் சுவரில் சாய்த்து வைக்க வேண்டும். கொஞ்சம் அதிகப்படி சாய்ந்தால் அப்படியே பின்னால் விழ வேண்டும். அப்பா அலுவலகத்தில் ஒரு மகா தைரியசாலிதான் அதில் உட்கார்ந்திருக்க வேண்டும். அப்புறம் ஒரு நாள் ஒரு பெரிய ஜாதிக்காய்ப் பலகை பெட்டியை இருவர் தூக்கி வந்து, "இதை எங்கே வைக்க வேண்டும்?" என்று கேட்டார்கள்.

"என்னது?" என்று அம்மாவும் நானும் கேட்டோம்.

"தெரியாது. சார்தான் கொண்டுபோய் வைச்சுட்டு வரச் சொன்னார்."

மேஜைமீது வைக்கச் சொன்னோம். கனமாகக் கனத்தது. அவர்கள் போனபிறகு நான் ஒரு ஸ்குரூ டிரைவர் கொண்டு பெட்டி மேல் பலகையை எடுத்தேன். உள்ளே ஒரு டைப்ரைட்டர்.

அதை எப்படி வெளியே எடுப்பது என்று தெரியாமல் குழம்பினோம். அப்பா வந்தபிறகு பெரிய ஜாதிக்காய்ப்பலகை பெட்டி வந்ததைச்

சொன்னோம். தேவையே இல்லை. "நான்தான் வாங்கினேன்," என்றார்.

"இப்படி பழைய சாமானாக வாங்கி வீட்டை அடைக்கறேளே?" – அம்மா கேட்டாள்.

"புது டைப்ரைட்டர் ஐநூறு ரூபா. இது நாப்பத்தஞ்சு."

"மலிவுன்னு உபயோகமில்லாதத்தை வாங்கி என்ன செய்யறது?"

"இது ஒண்ணு வீட்டிலே இருந்தா நிறையப் பிரயோசனம் உண்டு."

அம்மா அதற்கு மேல் பேசவில்லை. ஆனால் அவளுக்கு ஏதோ தோன்றியிருக்கிறது. டைப்ரைட்டரை மட்டும் அல்ல, கணவன் வாங்கிய இந்த ஏல சாமான்களும் தூரப் போட்ட சாமான்களுமாக வீட்டை நிரப்புவது பயமெழுப்பியிருக்கிறது.

அப்பா அவசரப்படவில்லை. ஆற அமரப் பெட்டியை இரவில் திறந்தார். "அட, திறந்தே இருக்கே!" என்றார்.

மூச்சைப் பிடித்துக்கொண்டு மெல்ல டைப்ரைட்டரைப் பெட்டியிலிருந்து எடுத்து மேஜை மீது வைத்தார். அது ரெமிங்டன் ரேண்ட் 14 என்று பின்புறத்தில் குறித்திருந்தது. இப்போது மேஜையை டைப்ரைட்டர், பெட்டி இரண்டும் சேர்ந்து அடைத்தது.

"ஸ்குரூடிரைவர் கொண்டா" என்றார். பெட்டியைப் பலகை பலகையாகப் பிரித்துக் கொல்லைப்புறத்தில் போடச் சொன்னார். அந்தப் பெட்டி ஆணி ஸ்குரூ இல்லாமல் செய்யப்பட்டது! அப்பா ஒரு தாளை டைப்ரைட்டரில் பொருத்தித் தட்டச்சு செய்ய ஆரம்பித்தார்.

"நீ எப்போ கத்துண்டே?" என்று நான் கேட்டேன்.

"இந்த ஊருக்கு வந்தப்புறம்தான். இது தெரிஞ்சுக்கலேன்னா நம்பளுக்கு ஒரு வேளை சாப்பாடு கிடைக்குமான்னு சொல்ல முடியாது."

"நான் கொஞ்சம் அடிக்கிறேன்."

"ரொம்ப அழுத்தி அழுத்தி அடிக்காதே. இது பழசு. ஒரு குழந்தை மாதிரி இதை வச்சுக்கணும். இதுபோல உபயோகமான பொருள் உலகத்திலேயே கிடையாது."

இப்படித்தான் எங்கள் வீட்டில் ஒரு டைப்ரைட்டர் வந்து சேர்ந்தது. அவ்வளவு பெரிய மேஜையே அப்பா வாங்கினது டைப்ரைட்டருக்குத்தானோ என்று தோன்றியது. அப்பா எவ்வளவு சொல்லியும் எனக்கு இரண்டு விரல் கொண்டுதான் அடிக்க வந்தது. "நீ அடிக்கறதைப் பாத்தா ஒனக்கு எவனும் வேலை தர மாட்டான்," என்று அப்பா ஒருமுறை கோபித்துக்கொண்டார். நானும் எவ்வளவோ முயன்றேன். மோதிர விரல், சுண்டு விரல் விரைத்து நின்றன.

ஒருநாள் அப்பா ஆபீசிலிருந்து திரும்பியவுடன், "கிளம்பு. நாம ஒரு இன்ஸ்டிடியூட்டுக்குப் போறோம்," என்றார். எனக்கு ரயில்வே இன்ஸ்டிடியூட் தெரியும். அங்கு இரு பெரிய அறைகள். ஒன்றில் ஒரு மிகப்பெரிய மேஜைமீது நிறையப் பத்திரிகைகள் இருக்கும். சுவரோரமாக அலமாரிகள். ஆயிரக்கணக்கில் புத்தகங்கள். இன்னொரு அறை பில்லியர்ட்ஸ் ஆடும் இடம். அங்கு ஆடுபவர்கள் பில்லியர்ட்ஸ் நன்றாக ஆடுகிறார்களோ இல்லையோ விடாமல் புகை பிடித்த வண்ணம் இருப்பார்கள். அங்கு கிருஸ்துமஸ் வாரத்தில் அறைகள், வெற்றிடங்கள் எல்லாவற்றையும் தோரணங்கள் கட்டி அலங்காரம் செய்திருப்பார்கள். பெரிய அறையில் மேஜை நாற்காலிகள் எல்லாவற்றையும் அகற்றிவிட்டு நடன நிகழ்ச்சிக்குத் தயாராக ஏற்பாடு செய்துவிடுவார்கள். வாத்திய இசைக்குழு பத்துப் பன்னிரண்டு பேர் வெராண்டாவில் அமர்ந்து வாசிப்பார்கள். அறையிலும் திறந்த வெளியிலும் சட்டைக்காரர்களும் சோல்ஜர்களும் ஒருவரை ஒருவர் அணைத்தபடி அவர்களுக்குத் தெரிந்த நடனத்தை ஆடுவார்கள். ஆங்கிலப் படங்களில் இந்த நடனக் காட்சி மிகவும் அழகாக இருக்கும். அன்று நான் சிறுவன். பல விஷயங்கள் புரியவில்லை. சற்றுக் கறுப்பாக உள்ள பெண்கள் என்னதான் இலட்சணமாக இருந்தாலும் அவர்கள் அருகில் சோல்ஜர்கள் வரமாட்டார்கள். அவர்கள் நடனம் காட்டுமிராண்டித்தனமாக இருக்கும். அந்த டாமீஸ் என்பவர்கள் நம் சாதாரண சிப்பாய்களுக்குச் சமம். ஆனால் நடனம் ஏற்பாடு செய்யப்பட்ட இரவில் அவர்கள் எங்கோ ஆகாயத்திலிருந்து இறங்கியது போலக் கறுப்பர்களை நடத்துவார்கள்.

ஆனால் அப்பா இரயில்வே இன்ஸ்டிடியூட் பக்கம் போக வில்லை. மாரட்பள்ளி பக்கம் என்னை அழைத்துப் போனார். எனக்கு அங்கு தெருவுக்குத் தெரு தெரிந்தவர்கள். ஆனால் எனக்குத் தெரிந்து அப்பா மாரட்பள்ளி பக்கம் போனதில்லை. அப்பாவுக்குப் பணக்காரர்கள் பற்றி உள்ளூர நம்பிக்கை கிடையாது என்று இன்று எனக்குப் புரிகிறது. அவர் நட்புடன்

பழகியவர் முகம்மது உஸ்மான் கடை உரிமையாளர் கௌஸ் முகம்மது. ஆனால் பள்ளிக்கூடத்தில் படிக்கும்போது பையன்கள் எல்லாரும் சமம். நான் அங்கு பலர் வீட்டிற்குப் போயிருக்கிறேன்.

மாரட்பள்ளியில் மிக நன்றாகக் கட்டப்பட்ட வீடுகள் இருந்தாலும் மாடி வீடு என்று அன்று ஏதும் கிடையாது. எல்லாம் தனித்தனி வீடுகள். ஒரு வீடு கருங்கல்லால் கட்டப்பட்டது போலிருந்தது. எனக்கு அந்த வீட்டில் நண்பன் யாரும் கிடையாது. அப்பா அந்தத் தெருவில் திரும்பியபோது அந்தக் கருங்கல் வீட்டுக்கு அப்பா போகக்கூடாதா என்று நினைத்தேன். ஆனால் அப்பா கோடி வீட்டுக்குப் போனார்.

மாரட்பள்ளியில் நான் போன வீடுகள் எல்லாவற்றிலும் கேட் முன்னால் ஒரு கோலம், உள்ளே போனவுடன் ஒரு கோலம் என்றிருக்கும். இந்த வீட்டில் கோலம் இல்லை. உள்ளே எரிந்துகொண்டிருந்த மின்விளக்குகள் மிகவும் மங்கலாக இருந்தன. அப்பா "மிஸஸ் சிம்ஸன்," என்று கூப்பிட்டார். யாரும் வரவில்லை. அப்பா மறுபடியும் கூப்பிட்டார்.

ஃபிராக் போட்ட பெண் ஒருத்தி வந்தாள். பொதுவாக நாங்கள் அதைக் கவுன் என்போம்.

"யார் வேண்டும்?"

"மிஸஸ் சிம்ஸன்."

அந்தப் பெண் உள்ளே போனாள். சற்று நேரத்திற்குப் பின் ஃபிராக் போட்ட அம்மாள் ஒருத்தி வந்தாள். அந்த இருட்டிலும் அவள் நல்ல கறுப்பாக இருந்தது தெரிந்தது. முகத்தைத் தூக்கி, "யார்?" என்று கேட்டாள். அப்பா தன் பெயரைச் சொன்னார்.

"ஓ!" என்று அந்த அம்மாள் கத்தினாள். என் அப்பாவைக் கட்டிக்கொண்டாள். "எவ்வளவு வருஷங்கள் போய்விட்டன?" என்று சொன்னாள். "வா வா. உள்ளே வா? பையன் யார்? உனக்கு ஆண் குழந்தைகள் இரண்டு மூன்று செத்துப் போய்விடவில்லை?"

"இவன் ஒருவன் தங்கினான். நீ எப்படி இருக்கிறாய்?"

"வரவு செலவு அப்படி இப்படி இழுத்துக்கொள்ளும்."

நாங்கள் உள்ளே போனோம். முதலில் ஒரு சிறிய அறை. அதில் ஒரு நாற்காலி, ஒரு ஸ்டூல், ஒரு சின்னக் கட்டில். கட்டிலில் படுக்கையைச் சுருட்டி வைத்திருந்தது.

"இது உன் இடம், இல்லையா?"

சிறுகதை தொகுப்பு

“ஆமாம். நான் காவல்காரியாகவும் இருக்க வேண்டி யிருக்கிறதல்லவா? ஏன், நீங்கள் முன்னாலேயே வரவில்லை? இதெல்லாம் உங்கள் தயவல்லவா?”

அப்பா அவள் சொன்னதைக் கண்டுகொள்ளவில்லை. “உள்ளே போகலாமா?”

அடுத்த அறையில் எங்கள் வீட்டில் உள்ளது போலவே ஒரு பெரிய மேஜை. நான்கு பக்கங்களிலும் நான்கு டைப்ரைட்டர்கள். அப்போது யாரும் தட்டச்சு செய்யவில்லை.

“மார்கரெட்!” என்று மிஸஸ் சிம்ஸன் கூப்பிட்டாள்.

நாங்கள் முதலில் பார்த்த பெண் வந்தாள்.

மிஸஸ் சிம்ஸன் அவளிடம் சொன்னாள், “விருந்தாளிகள் வந்திருக்கிறார்கள் என்று சொல்.” அப்புறம் எங்களிடம் சொன்னாள். “எல்லாரும் பெண்கள் ... அவர்களுக்குத் தெரிய வேண்டுமல்லவா?”

வரலாம் என்று உள்ளேயிருந்து ஒரு குரல் கேட்டது. நாங்கள் மூவரும் உள்ளே போனோம். அதுவும் ஒரு சிறிய அறை. வரிசையாக மூன்று படுக்கைகள். கொசுவலை கட்டியிருந்தது. அதற்குப் பக்கத்து அறையிலும் மூன்று படுக்கைகள்.

அப்பா கேட்டார், “படுக்கையெல்லாம் எதற்கு?”

“எல்லாரும் வெளியூர் பெண்கள். அவர்கள் எல்லாரும் இங்கேயே தங்கி செகரட்டேரியல் வேலை கற்றுக்கொள்ளலாம். மூன்றே மாதத்தில் முதல் பரிக்ஷைக்கு அனுப்புகிறேன். சாப்பாடு டிரெயினிங் எல்லாவற்றுக்கும் மாதம் நாற்பது ரூபாய். அதிகமா?”

“சரியென்றுதான் தோன்றுகிறது.”

“வெறும் பெண்கள் மட்டும்தான். அதில் சில சௌகரியங்களும் உண்டு, அபாயங்களும் உண்டு. நான் குடிகாரர்களின் பெண்களைச் சேர்த்துக்கொள்வதில்லை. பார்த்தால் பரிதாபமாக இருக்கும். ஆனால் சேர்த்துக்கொண்டால் அப்பாக்காரன் பணம் ஒழுங்காகத் தரமாட்டான். குடித்துவந்து இங்கே என்னை மிரட்டுவான். ஒருவன் நான் பிராத்தல் நடத்துகிறேன் என்று கத்தினான். நான் குடிகாரனோடு பாடுபட்டது போதாதா?” மிஸஸ் சிம்ஸன் அழுதாள்.

“சிம்ஸன் பற்றித் தகவல் ஏதும் இல்லையா?”

“எனக்குப் பெயரைக் கொடுத்துவிட்டு எங்கோ ஓடிவிட்டான். அவன் கல்கட்டாவில் இருக்கிறானாம்.”

திடீரென்று மிஸஸ் சிம்ஸன் சிரித்தாள். “ஒரு ராஜா ஒரு மிஸஸ் சிம்ஸனுக்காக ராஜ்யத்தையே வேண்டாம் என்றானாம். இங்கே நான் வேண்டாம் என்று ஒரு ராஜா ஓடிப்போகிறான்.”

நாலைந்து பெண்கள் எங்களையே பார்த்துக்கொண்டிருந்தார்கள். அப்பா சொன்னார், “வா, நாம் முன்னறைக்குப் போவோம்.”

நாங்கள் டைப்ரைட்டர் அறையில் உட்கார்ந்தோம். ஒரு பெண் ஒரு தட்டில் பிஸ்கட்டுகள் கொண்டுவந்து வைத்தாள். அப்பா, “டீ காபி எதுவும் வேண்டாம்,” என்றார்.

மிஸஸ் சிம்ஸன் என்னைப் பார்த்து, “பையா, இந்த டைப்ரைட்டர், டேபிள் எல்லாம் உன்அப்பா தயவால் முப்பதுக்கும் நாற்பதுக்கும் வாங்கியது. உன் அப்பா அந்த நாளில் உதவி செய்யாவிட்டால் நான் பிச்சை எடுத்துக்கொண்டிருப்பேன்.”

“சிம்ஸன் என்னுடன் வேலை பார்த்தானே?”

“என்ன பார்த்தான், என்னைத் தெருவில் விட்டான்.”

“அதெல்லாம் இப்போது எதற்கு?”

நாங்கள் கிளம்பினோம். “கட்டாயம் மறுபடியும் வர வேண்டும். பகல் வேளையில் கிளாஸ் நடக்கும்போது நீ வர வேண்டும்.”

நாங்கள் சிறிது தூரம் பேசாமல் வந்தோம். திடீரென்று அப்பா சொன்னார், “இந்த ஊர்லே பையங்களுக்கு இந்த மாதிரி ஒரு இன்ஸ்டிடியூட் இல்லையே?”

“இங்கே சேர முடியாதா?”

அப்பா பேசாமல் நடந்தார். நான் கேட்டேன், “மிஸஸ் சிம்ஸன் ஏதோ ராஜா ராணின்னு சொன்னாளே?”

“அதுவா, இப்போ இங்கிலாண்டு ராஜா யார் தெரியுமா?”

“ஜார்ஜ் ஆறு.”

“அதுக்கு முன்னாலே எட்வேர்ட்னு ஒத்தன் இருந்தான். அவன் ஒத்தியைக் கல்யாணம் பண்ணிக்கணும்னு சொன்னான்.

அந்தப் பெண் பேர்தான் மிஸஸ் சிம்ஸன். இங்கிலாண்டு பார்லிமெண்ட் கூடாதுன்னு சொல்லித்து. எட்வேர்ட் ராஜ்யமே வேண்டாம்னு போயிட்டான். அப்படித்தான் இப்ப இருக்கிற ஜார்ஜ் ராஜாவானார்.”

“அந்த அம்மா சொன்னபடி நீதான் அந்த டேபிள், டைப்ரைட்டர் எல்லாம் வாங்கிக் கொடுத்தயா?”

“ஆமாம். ஆனா அவ இன்ஸ்டிடுயூட்டை ரொம்ப நன்னா நடத்தறா.”

“சிம்ஸன் யாரு?”

“ஒரு கார்ட். அவளுக்கு ஒரு விஷயம் தெரியாது. சிம்ஸன் என்கிட்டே சொல்லிட்டுத்தான் போனான்.”

நான் எந்த இன்ஸ்டிட்யூட்லேயும் சேரவில்லை. அப்பாவே இரண்டு மாதத்தில் செத்துப் போய்விட்டார். டேபிள், நாற்காலி, டைப்ரைட்டர் எல்லாம் போய்விட்டது. ஆனால் என் இரண்டு விரல் தட்டச்சுப் பழக்கம் போகவில்லை.

2014 **சொல்வனம்**

16. தோல் பை

நீண்டநாள் சந்தாதாரனாக இருந்ததற்காக அந்த வாரப்பத்திரிகை எனக்கு ஒரு பரிசு அனுப்பியிருந்தது. அது ஒரு பை. அதைத் தோள் பை என்றும் கூறலாம், முதுகுப் பை என்றும் கூறலாம். என் மகனின் மகளிடம் கொடுத்தேன். “எனக்கு வேறு நல்ல பை இருக்கிறது” என்று சொல்லித் திருப்பிக் கொடுத்துவிட்டாள். நான் பையைச் சற்றுக் கவனமாகப் பார்த்தேன். அது தோலினால் செய்யப்பட்டது. முரட்டுத் தோல். எருமை மாட்டுத் தோல்.

எங்கள் வீட்டுக்கு முதலில் வந்தது ஒரு எருமை மாடுதான். கன்று கிடையாது. நீண்ட நேரம் மடியைத் தண்ணீர் தெளித்துக் காம்பை இழுத்து மாட்டைச் சுரக்க வைக்க வேண்டும். நான்கைந்து மாதங்கள் பால் கொடுத்தது. அப்புறம் சிறிது சிறிதாகக் குறைந்து, பிறகு நின்றேவிட்டது. சினைக்கு விட வேண்டும் என்று ஒரு கிராமத்திற்கு ஓட்டிப் போயிற்று. எந்த நேரமும் கன்று போடலாம் என்றிருந்தபோது மீண்டும் வீட்டுக்கு வந்தது.

அம்மா மூன்று காம்புகளை ஒட்டக் கறந்துவிட்டு நான்காவதைப் பாதி கறந்துவிட்டுக் கன்றுக்குட்டியை அவிழ்த்து விடுவாள். இரக்கமே இல்லாமல் அம்மா இருக்கிறாள் என்று நான் நினைத்துக்கொள்வேன். கன்றுக்கு இன்னும் ஒழுங்காக நிற்கத் தெரியவில்லை. ஒருநாள் அம்மாவுக்குக் கையில் இருப்புக்கரண்டி சுட்டுவிட்டது. “டேய், ஒட்டக் கறந்துண்டு வா,” என்று அம்மா சொன்னாள். மாடு சீக்கிரமே சுரப்பு

விட்டுவிட்டது. மூன்று காம்புகளைக் கறந்தேன். நான்காவதைக் கன்றுக்கு விட்டுவிட்டேன். அன்று மாலையே கன்று ஏகமாகக் கழிந்து படுத்துவிட்டது. அப்புறம் எழுந்திருக்கவேயில்லை. அம்மா அழுதாள். "ஏண்டா, பாலை ஒட்டக் கறக்கலையா? எனக்குத் தெரியாதா கன்னுக்கு எவ்வளவு பால் விடணும்னு? பார், ஒரு பச்சைக் குழந்தையைக் கொன்னுட்டியே!"

கன்றில்லாமல் மாடு இலேசில் பால் கறக்கவிடவில்லை. ஒருவர் சொன்னார், கன்றின் உடலை வைக்கோல் திணித்து மாடு முன்னால் வைக்கலாம். நாங்கள் அப்படிச் செய்யவில்லை. அழுதுகொண்டே கருவேப்பிலை மரத்தடியில் கன்றைப் புதைத்தோம்.

மறுபடியும் மாடு மரத்துப்போய், மறுபடியும் சினைக்கு விட்டது. மாடும் கன்று போட்டது. இம்முறையும் கடா. நாங்கள் கன்றுக்குப் பால் விடுவதில் மிகவும் ஜாக்கிரதையாக இருந்தோம். பாதி வயிறு என்றாலும் உயிரோடு இருக்கட்டும் என்று பிரார்த்தித்தபடி இருந்தோம். பதினைந்து நாட்களில் ஒருமாதிரி மாடு, கன்று இரண்டுக்கும் அளவு தெரிந்துவிட்டது. கன்றும் சிறிது சிறிதாகப் பச்சைக்கீரை, தழை முதலியன கடிக்க ஆரம்பித்தது. மேயவும் ஆரம்பித்துவிட்டது.

எங்கள் வீட்டுக்கு முன்புறம் மேடு. கொல்லைப்புறம் பள்ளம். பத்து படிகள் இறங்க வேண்டும். நாங்கள் படுக்கை போட்டுக்கொண்டிருந்தோம் ஒரு மாத எருமைக் கன்று பத்து படி ஏறிவந்து ஒரு படுக்கையில் படுத்துக்கொண்டுவிட்டது. கன்றைக் கீழே கொண்டு போய்விட்டோம். கதவைத் தாளிட்டோம். ஆனால் ஐந்து நிமிடங்களில் கதவை முட்டியது.

அந்த கதவு வெளிப்புறமாகத் திறப்பது. நாங்கள் திறந்தால் கன்றைப் பத்து படி கீழே தள்ளிவிடும். நான் வாசற்கதவு வழியாக வெளியே சென்று சுவரேறிக் கன்றைப் பிடித்துக்கொண்டேன். எங்கள் படுக்கைக்குப் பக்கத்தில் ஒரு சாக்குத் துணியை விரித்து அதில் கன்றைப் படுக்கவிட்டோம். அரை மணியில் அது எங்கள் படுக்கைக்கு வந்துவிட்டது.

போகப் போகக் கன்றுக்கு அதன் தாயின் அருகில் இருப்பதன் சௌகரியம் தெரிந்தது. அவிழ்த்து வெளியே விட்டால் இருந்த இடத்திலேயே துள்ளித் துள்ளிச் சுற்றும் தாவும். பிடிக்கப் போனால் ஆட்டம் காட்டும். ஒரு கட்டத்தில் தாயைப் பாலுக்காகத் தொந்தரவு செய்யாமல் புல் மேய முயற்சி செய்யும். வைக்கோல் மெல்லும்.

ஒருநாள் மாடு புல் தின்னவில்லை. பாலும் கறக்க விடவில்லை. படுத்தது, அப்படியே சாய்ந்துவிட்டது. அந்த ஊரில் இருந்த ஒரே கால்நடை வைத்தியரை அழைத்து வந்தோம். மாட்டின் வயிற்றில் ஏதோ தொந்தரவு என்று கூறி ஒரு மெல்லிய குழாயும் ஆணியும் சேர்ந்திருந்த ஒரு சாதனத்தை மாட்டின் வயிற்றில் குத்தி, ஆணியை எடுத்துவிட்டார். குழாய் வழியாகச் சிறிது காற்று வந்தது. பெரிய முன்னேற்றம் இல்லை. அடுத்த நாள் மாடு செத்தேவிட்டது. மாட்டை மேய்த்து வரும் சிறுவனிடம் கூறினோம். அவன் செருப்பு தைப்பவர்களிடம் கூறுங்கள் என்று சொல்லிவிட்டான். செத்த மிருகத்தை அவனுடைய உறவினர்கள் தொட மாட்டார்கள்! இரயில் நிலையம் அருகில் உள்ள செருப்பு தைப்பவர்களிடம் சொன்னோம். அவர்கள் ஒரு திறந்த ஒற்றை மாட்டு வண்டியைக் கொண்டுவந்தார்கள். மாட்டின் கால்கள் நான்கையும் சேர்த்துக் கட்டி அதைத் தூக்கினார்கள். மாடு உயிரற்றதுதான். ஆனால் அவர்கள் அதைத் தூக்கி வண்டியில் போட்டபோது இவ்வளவு முரடர்களாக இருக்கிறார்களே என்று அழுகை வந்தது. கன்றுக்குட்டி அதற்கு எந்த சம்பந்தமும் இல்லாதது மாதிரி பார்த்துக்கொண்டிருந்தது. மாட்டைத் தூக்கிப் போனவர்களிடம் பின்னர் கேட்டோம். மாட்டின் வயிற்றில் பந்து போலத் தலைமுடி இருந்திருக்கிறது.

அதன் பிறகு இன்னொரு எருமை மாடு வந்தது. இதற்கும் கன்றில்லை. ஏராளமாகப் பால் கொடுத்தது. ஒருநாள் எங்கோ ஓடிப் போய்விட்டது. மாடு ஓடவில்லை. ஒரு மாட்டுத்திருடன் வேலை என்றார்கள். மாடு போனது போனதுதான்.

இந்த முறை ஒரு பசு மாடு வாங்கலாம் என்று பார்த்தது. அலெக்ஸாண்ட்ரியா சாலையில் உள்ள காரிஸன் என்ஜினீர் ஆபீஸில் உள்ளவர் ஒருவர் வேறூர் போவதால் அவருடைய பசு மாட்டை விற்பதாகச் சொன்னார். மாடு மிகவும் அழகாக இருந்தது. ஆனால் மிகவும் பெரியது. எங்களால் சமாளிக்க முடியாது என்று அவரிடமே கொண்டு போய்விட்டோம். கடைசியில் சுந்தர் என்ற பசு மாடு வந்து சேர்ந்தது. இது ஒன்றுதான் மாடும் கன்றுமாக எங்கள் வீட்டுக்கு வந்தது. ஆரம்பத்தில் பாடாய்ப் படுத்தியது. சில மாதங்களுக்குப் பிறகு அது எங்களை ஏற்றுக்கொண்டுவிட்டது.

சுந்தரும் படியேறி வீட்டினுள் வந்துவிடும். அது கால் வழுக்கிக் கீழே விழுந்துவிடப் போகிறதே என்று நாங்கள் கவலைப்படுவோம். உண்மையில் அதுதான் எங்களைப் பற்றிக் கவலைப்பட்டுக் கொண்டிருந்ததோ என்று இப்போது தோன்றுகிறது.

ஐந்தாறு மாதங்களில் அது மரத்துப் போய்விட்டது. சுந்தரை நாங்கள் வாங்கி வந்த குஜராத்தி அம்மாளிடம் விட்டு வந்தோம். அவள் வீட்டு உள்ளே எண்ணெய்ச் செக்கு. ஆதலால் மரம் மரத்தோடு உராயும் சத்தம் நாளெல்லாம் கேட்டவண்ணம் இருக்கும். அவள் வீடு எதிரே மிகப் பெரிய காய்கறிச் சந்தை. ஒரு வாரம் பொறுத்து நான்தான் மாட்டை ஓட்டிவந்தேன்.

சுந்தர் எந்த நேரத்தில் என்ன செய்யும் என்று சொல்ல முடியாது. குஜராத்தி வீட்டுக்கு ஓடிப் போய்விடும். பிறகு அதுவாகவே திரும்பி வரும். சில நாட்கள் மேய்ச்சலுக்குப் போகும். சில நாட்கள் அரை மணி நேரத்தில் திரும்பி வந்துவிடும். அது அப்படி நிலை தெரியாமல் இருந்ததற்கு இப்போது காரணம் உண்டு போலத் தோன்றுகிறது. அப்பாவாக அதனிடம் கொஞ்சியது கிடையாது. ஆதலால் இருவருக்கும் பெரிய உறவு கிடையாது. ஆனால் என் அப்பாவைப் பார்த்துவிட்டால் அது ஏதேதோ முனகும். நாங்கள் யாராவது அதன் கழுத்தைச் சொரிந்து கொடுத்தால் சமாதானம் அடைந்த மாதிரி இருக்கும். மீண்டும் முனக ஆரம்பித்துவிடும்.

சுந்தர் கன்று போட்டது. மீண்டும் கடாதான். வீட்டில் ஒரு மாடு, மூன்று கன்றுகள். அதில் ஒன்று எருமைக் கன்று. அதற்குக் கொம்பு முளைக்கத் தொடங்கிவிட்டது. வீட்டில் ஏன் எருமைக்கடாவை வைத்துக் கொண்டிருக்கிறீர்கள் என்று எங்கள் வீட்டுப் பக்கம் வருகிறவர்கள் போகிறவர்கள் கேட்பார்கள். அது எருமை மாடாக இருந்தால் கொடுத்திருக்கலாம். ஆண் கன்றைக் கொடுத்தால் ஒன்று, கசாப்புக் கடை; இல்லாதுபோனால் இன்னும் சிறிது வளர்ந்தவுடன் உழவுக்கு ஏர் பூட்டிவிடுவார்கள். அந்த நாளில் டிராக்டர்கள் கிடையாது. விவசாயம் என்றால் கலப்பை கொண்டு உழத்தான் வேண்டும். எருமைக்கடாவாகப் பிறந்தவுடன் அதன் தலையில் மாட்டுவண்டி, கலப்பை அல்லது கசாப்புக்கடை என்றுதான் எழுதி வைத்திருக்கும். எங்கள் வீட்டில் ஒரு குழந்தை போல வளர்ந்ததைப் பிரிய மனம் வரவில்லை. என்றாவது ஒருநாள் பிரிந்துதான் ஆகவேண்டும் என்று தெரிந்தும் நாங்கள் அதை வீட்டிலேயே வைத்திருந்தோம்.

ஒருநாள் ஏதோ சரியில்லை என்று அப்பா இரயில்வே ஆஸ்பத்திரியில் அவரே போய்ச் சேர்ந்துகொண்டார். அப்பாவு டன் நான் போனவன் தனியாகத் திரும்பியவுடன் அம்மா, "அப்பா எங்கேடா?" என்று கேட்டாள்.

"அப்பா ஆஸ்பத்திரியிலேயே இருக்கா. சாயந்திரம் வரச் சொன்னா," என்று பதில் சொன்னேன்.

அன்று சுந்தர் என்னை முட்ட வந்தது. அப்பாவுக்கு இரவுக்கு மட்டும் சாப்பாடு கொண்டு போவோம். அப்பா சாதாரணமாக இருந்த மாதிரிதான் எங்களுக்குத் தோன்றியது. எந்த டாக்டரும் விசேஷமாக ஏதும் சொல்லவில்லை. ஆனால் ஒரே வாரத்தில் அப்பா செத்துப் போய்விட்டார்.

சுந்தரின் சுபாவம் மிகவும் மாறிப்போய்விட்டது. பால் கறக்கும். ஆனால் அதன் துள்ளல், விஷமம் எல்லாம் போய்விட்டது.

வீடு இரயில்வே கொடுத்தது. காலி பண்ண வேண்டும். வீடு நிறைய சாமான். எல்லாம் விலை கொடுத்து வாங்கியது. அவ்வளவு சாமானுக்கும் ஸாலார்ஜங் அரண்மனைதான் சரியாக இருக்கும்.

சுவரில் தொங்கிக்கொண்டிருந்த படங்களை எடுப்பதற்கே இரு நாட்கள் வேண்டியிருந்தது. சாமான்களை ஏலக்கடையில் நான்கு வெவ்வேறு நாட்களில் கொண்டுபோய்ப் போட்டு வந்தேன். வீடு பார்க்கையில் ஒரு பசு மாடும் மூன்று கன்றுகளையும் வைத்துக்கொள்ளக் கூடியதாகப் பார்க்க வேண்டியிருந்தது. இது என்ன பைத்தியக்காரத்தனம் என்று எல்லாரும் கேட்டார்கள். கடாக் கன்றுகளை எப்படிக் கொடுப்பது?

ஊருக்கு வெளியில்தான் வீடு கிடைத்தது. இன்று அதை ஊர் நடுவில் என்றுதான் கூறுவார்கள். அன்று பள்ளமான ஒரு கட்டாந்தரையில், ஐந்தாறு சிறு வீடுகளுக்கிடையில் இருந்தது. எங்கள் வீட்டில் இரண்டு குடித்தனங்கள். ஒரு பொது வெளிக்கதவு. கதவு திறந்தவுடனேயே கிணறு. ஒரு சிறு வெராண்டா. அப்புறம் இரு சிறு அறைகள். வெராண்டாவில் சுந்தரையும் கன்றுகளையும் கட்டிப்போட்டோம். அந்த வீடு, தெருவுக்குப் பெயர் எண் என்று ஏதும் கிடையாது. 'துர்காபாய் மாளிகைக்கு அருகில்' என்றுதான் முகவரி. தபால்காரர் நல்லவர். என்னை ஒரு அலுவலகத்துக்கு அழைத்துப் போய் ரேஷன் அட்டை வாங்கிக் கொடுத்தார். சுந்தரைத் துர்காபாய் மாளிகையில் காலையில் கட்டி வைப்போம். மூன்று கன்றுகளையும் அவிழ்த்து விட்டுவிடுவோம். எருமைக் கன்று தானாகத் தலைமை ஏற்றுக்கொண்டது. அது முன்னே போக மூன்றும் ஓர் ஊர்வலமாகப் போய்ப் பகல் ஒரு மணிக்குக் கதவை முட்டும். வாளி நிறையத் தண்ணீர் குடிக்கும் கிணற்றருகில் உட்கார்ந்துவிடும்.

நாங்கள் அந்த ஊரை விட்டு வரும்போது சுந்தரையும் மூன்று கன்றுகளையும் மீண்டும் ஒரு குஜராத்திக் குடும்பத்திடம் ஒப்படைத்தோம். வெளிப்படையாகவே சொன்னோம்.

சிறுகதை தொகுப்பு

கன்றுகளைக் கசாப்புக் கடைக்குக் கொடுக்கக் கூடாது. "அந்த பயம் வேண்டாம். மூன்றுமே எங்காவது ஒரு கிராமத்துக்குத்தான் போகும்," என்றார்கள்.

இன்று என் கையில் ஓர் எருமை மாட்டுத் தோல் பை. கறவை மாடா கடாவா? எவ்வளவு செல்லமாக வளர்த்தாலும் மாடுகள் இப்படித்தான் முடிய வேண்டியிருக்கிறது. நான் பையைத் தடவினபோது அது எங்கள் வீட்டு எருமைக்கன்று போலிருந்தது.

2014   *ஓம் சக்தி*

17. முதல் குண்டுவீச்சு

இரவு பத்தரை மணிக்குத் தொலைபேசி மணி அடித்தால் அது சாதாரண விஷயத்துக்காக இருக்காது. "வேண்டாம், அவர்கள் மீது எரிந்து விழாதே" என்று என் சகோதரனிடம் சொல்லிவிட்டு நான் தொலைபேசியை வாங்கிக்கொண்டேன். "என்ன விஷயம்?" என்று கேட்டேன்.

"டீ.எஸ்.ஆர். செத்துப் போய்விட்டார்."

"எப்போது?"

"சாயந்திரம் நாலு மணி இருக்கும். பேசிக் கொண்டே இருந்தவர் அப்படியே சாய்ந்துவிட்டார். உடனே உங்களுக்குச் சொல்லப் பார்த்தோம். உங்கள் நம்பர் அட்ரஸ் எதுவும் கிடைக்கவில்லை."

"எப்போது எடுக்கப்போகிறீர்கள்?"

"எல்லாரும் இங்கேதான் இருக்கிறார்கள். பத்து மணிக்கு எடுக்கலாம்."

"வெயில் ஆகிவிடாது?"

"அவருக்குத் தெரிஞ்சவர், தூரத்திலே இருக்கிற ஒருவர் வரவேண்டும்."

சாவுச் செய்தி சொல்கிறவரிடம் எவ்வளவு நேரம் பேசிக்கொண்டிருப்பது? அவர் இன்னும் யார் யாருக்கு ஃபோன் பண்ண வேண்டுமோ?

காலை எட்டு மணிக்கு ராமசாமி வீட்டுக்குப் போனேன். ராமசாமியைக் கீழே கிடத்தி வைத்திருந்தது. முகத்திலிருந்து ஏதும் தெரியவில்லை.

எங்கோ ஒரு மூலையில் ஓர் ஏளனச் சிரிப்பு தெரிந்த மாதிரி இருந்தது. 'எல்லாம் எனக்குத் தெரியும்பா,' என்று சொல்கிறமாதிரி இருந்தது. அடுத்த விநாடி அது போய்விட்டது.

எங்கள் இருவருக்கும் கிட்டத்தட்ட ஒரே வயது. அவன் பம்பாயில் இருந்தவன். நான் சென்னையில் படித்து வேலைக்குப் போனேன். அவனுக்கு அரசு வேலை. நான் ஒரு தனியார் கம்பனியில் என்னவென்று திட்டவட்டமாகச் சொல்லமுடியாத வேலை. ஒரு பொது உதவியாளன். அவனுக்கு வேலை கிடைத்தவுடனேயே திருமணம் நடந்துவிட்டது. அவன் திடீரென்று ஒரு நாள் எங்கள் கம்பனியில் சேர்ந்தான். அவனும் ஓர் உதவியாளன்தான். ஆனால் அவனுக்குத் தமிழ், ஆங்கிலத்துடன் இந்தியும் மராட்டியும் தெரியும்.

ஒரு வாரம் நாங்கள் ஒருவரை ஒருவர் சந்திக்க நேர்ந்தபோது ஒரு புன்னகையோடு நிறுத்திக்கொள்வோம். கொஞ்சம் பரிச்சயமானவுடன் நான் கேட்டேன்: "ஏன் கவர்ன்மெண்ட் வேலையை விட்டுவிட்டு இதில் சேர்ந்தீர்கள்?"

ராமசாமி கொஞ்சம் சங்கடப்பட்ட மாதிரி இருந்தது.

"சொந்தக் காரணம் இருந்தால் சொல்ல வேண்டாம்."

"கொஞ்சம் சங்கடம்தான். என் மாமனார் ஒரேயடியாக பம்பாயை விட்டுவிட்டு இங்கே வந்துவிட்டார்."

"உங்களுக்கு அங்கு இருக்க வீடு இருந்தது அல்லவா?"

"அந்த இடத்தை இன்னொருவருக்குக் கொடுத்துவிட்டு நான் மாமனாருடன் இருந்தேன்."

எனக்குக் கண்ணைக் கட்டிக் காட்டில் விட்ட மாதிரி இருந்தது.

"என் அம்மாவுக்கு வருத்தந்தான். விஷயம் என்னவென்றால் என் மாமியார் திடீரென்று செத்துப்போய்விட்டாள்."

"உங்களுக்கு உறவா?"

"மாமியார் உறவு. மாமனாரால் தனியாக இருக்க முடியவில்லை. என் மனைவி ஒரே பெண். அவரோடு போய் இருந்துவிடலாம் என்றாள். மாமனார் பெரியதாகச் சத்தம் போட்டுப் பேசினால் ஏதோ ஸாம்ஸன் மாதிரி இருக்கும். உண்மையில் அவர் ரொம்ப சாது. ஆறு மாதம் ஆயிற்று. திடீரென்று பம்பாயில் இருக்கவே முடியாது என்று இங்கே சென்னையில் ஒரு வீடு வாங்கிக்கொண்டு வந்துவிட்டார்."

"அதற்காக நீங்கள் வேலையை விட முடியுமா?"

"நான் செய்ததைத் தவிர வேறு எதுவும் செய்ய முடியாது. அப்படி வைத்துக்கொள்ளுங்கள்."

நான் அதற்கு மேல் ஒன்றும் கேட்கவில்லை. சில நாட்கள் கழித்து ராமசாமி, "உங்களுக்கு யாராவது நல்ல லேடி டாக்டர் தெரியுமா?" என்று கேட்டான்.

"உங்கள் வீடு எங்கே?"

அவன் சொன்னான்.

"ஆந்திர மகில சபா போகலாம். இல்லாது போனால் கல்யாணி ஆஸ்பத்திரி," என்று சொன்னேன்.

"வீட்டிலே நானும் மாமனாரும்தான். மனைவிக்கு ஆறு மாதம்."

"நீங்கள் அம்மாவைக் கூப்பிடுங்கள்."

"பெரிய சண்டையெல்லாம் போட்டபிறகு . . ."

"அம்மா வருவாள். விஷயத்தைச் சொல்லி அம்மாவுக்கு எழுதுங்கள். அம்மா கட்டாயம் வருவாள்."

அவனுக்கு நம்பிக்கை இல்லை. ஆனால் நான் அவனிடம் ஒரு இன்லண்ட் லெட்டரைக் கொடுத்து எழுதச் சொன்னேன். தயங்கித் தயங்கித்தான் எழுதினான். ஆனால் அவன் அம்மா வந்துவிட்டாள்!

நான் இப்போதுதான் அவன் வீட்டுக்குப் போனேன். அவனுக்கு ஒரு மணமான சகோதரி, வேலைக்குப் போகும் ஒரு தம்பி உண்டு என்று அப்போதுதான் தெரியும். மாமனார் வீட்டில் ஒரு மாடி அறை இருந்தது. அங்கு வந்த புதிதில் அவனுடைய அம்மா தனியாகச் சமைத்துக்கொண்டாள். கீழே ராமசாமியின் மனைவி சமையல். ராமசாமியின் கல்யாணமே நிறையச் சண்டைகளுக்குள் நடந்திருக்கிறது. பல காரணங்களில் ஒன்று ராமசாமியின் அப்பா.

ராமசாமியின் அப்பா பர்மாவில் அரசு வேலை. ராமசாமியும் அவன் தம்பியும் ரங்கூனில் பிறந்தவர்கள். இரண்டாம் யுத்தம் பர்மாவுக்கும் வந்துவிட்டது. குடும்பம் மொத்தத்திற்கும் ஒரே கப்பலில் இடம் கிடைக்கவில்லை. ராமசாமி, அவன் அம்மா, அக்கா, தம்பி ஆகிய நால்வர் மட்டும் இந்தியாவுக்குக் கப்பல் ஏறினார்கள். அவன் அப்பா அடுத்த கப்பலில் வருவதாக ஏற்பாடு. ரங்கூனிலிருந்து கல்கத்தாவுக்கு முப்பது மணி நேரப்

பயணம். ராமசாமி கல்கத்தா அடைந்தவுடன் கேட்ட முதல் செய்தி, அவர்கள் கப்பல் கிளம்பி ஒரு மணி நேரத்துக்குள் ரங்கூன் மீது குண்டு விழுந்தது.

யுத்தம் முடிந்து பல ஆண்டுகள்வரை ராமசாமியின் தந்தை பற்றி யார் யாரிடமோ விசாரித்த வண்ணம் இருந்திருக்கிறார்கள். ராமசாமி குடும்பத்தினர் வசித்த தெருவில் பெரிய குண்டு விழுந்து வெடித்து ஐம்பது பேர் உடல் சிதறி இறந்திருக்கிறார்கள். அந்த ஐம்பதில் ராமசாமியின் அப்பாவும் ஒன்றாக இருந்திருக்க வேண்டும்.

இல்லை என்றும் ஒரு சந்தேகம் வந்தது. குண்டு விழுந்தபோது ராமசாமி இருந்த வீடு பூட்டி இருந்திருக்கிறது. ஆதலால் அந்தத் தெருவில் குண்டு விழுந்தபோது ராமசாமியின் அப்பா வீட்டில் இல்லை. அவர் அலுவலகத்திலும் இல்லை. அவர் எங்கு போனார் என்று தெரியவில்லை. 'கண்டுபிடிக்கப்படவில்லை' என்று அறிவித்து பர்மா அரசு பத்தாயிரம் ரூபாயை ராமசாமியின் அம்மாவுக்குக் கொடுத்தது. அப்போது அவர்கள் பம்பாயில் வசித்து வந்திருக்கிறார்கள். ராமசாமிக்கு வேலை கிடைத்தவுடன் ஒரு பெண் ஜாதகம் வந்திருக்கிறது. அவர்கள் அம்மாவையே அப்பா பற்றி விசாரித்திருக்கிறார்கள். அம்மா மனம் மிகவும் வேதனைப்பட்டிருக்க வேண்டும். சூது வாது கொண்ட மனிதர்கள், வேண்டாம் என்று அம்மா சொல்லியிருக்கிறாள். ஆனால் ராமசாமிக்கு இன்னொரு பெண் பார்க்க மனதில்லை.

ராமசாமி சென்னை வந்த புதிதில் இருந்த சங்கடங்கள் கிடுகிடுவென்று விலகின. மாமனார் முதலில் தனக்கு ஒரு வீடு வாங்கியவர், ராமசாமிக்கும் அருகில் ஒரு மனை ஏற்பாடு செய்தார். அவருடைய உறவினர்கள் என்று ஒரு தம்பியின் குடும்பம் வந்து சேர்ந்தது. ராமசாமிக்கு மாமனாரிடமிருந்து ஒரு சிறிய அளவில் விடுதலை கிடைத்தது.

அந்த நாளில் ரேடியோ சிலோன் மிகவும் விரும்பப்பட்டது. எங்கள் வீட்டில் ஒரு ரேடியோ இருந்தாலும் ஓர் அற்பக் காரணத்திற்காகப் பயன்படுத்தவில்லை. அதற்கு லைசென்ஸ் கிடையாது! நான் ஒவ்வொரு புதன் மாலை ஏழே முக்காலுக்கு ராமசாமி வீட்டுக்குப் போய்விடுவேன். எட்டு மணியிலிருந்து ஒன்பது வரை அவன் அம்மா (அவன் மனைவிகூட) கடனே என்று இந்தி நிகழ்ச்சி கேட்பார்கள். நிகழ்ச்சியின் பெயர் 'பினாகா கீத் மாலா.' இப்போது ஆயிரம் ரூபாய் கொடுத்தால்கூட பினாகா பற்பசை கிடைக்காது. ஆனால் பல ஆயிரம் கொடுத்தால்கூட அந்த நிகழ்ச்சி எங்களுக்குத் தந்த பரவசம் கிடைக்காது.

ராமசாமிக்கு இந்திப் படத் தகவல்கள் அவன் விரல் நுனியில் இருந்தன. எனக்கு ஓரளவு இந்தி தெரியுமே தவிர நிறைய இடங்கள் இருட்டறையாகத்தான் இருக்கும். ராமசாமி இருந்ததால் எனக்கு இந்தி திரைப்படங்களின் நுணுக்கங்கள் நன்கு புரிந்தன. முதலிலிருந்தே இந்தி திரைப்படப் பாட்டுகள் எனக்கு விசேஷமாகத் தோன்றின. அன்று பாதி தமிழ்த் திரைப்பாட்டுகள் இந்தி டியூன்களைத் தயக்கமில்லாமல் பயன்படுத்தின.

நான் வேலையை விட்டவுடன் ராமசாமியுடைய தொடர்பு விட்டுப் போயிற்று. என் மகன் திருமணத்திற்கு அழைத்திருந்தேன். அவன் வரவில்லை.

எங்கள் சந்திப்பு மீண்டும் பல வருடங்கள் கழித்து நடந்தது. எனக்கும் வேலை இல்லை. அவன் ஓய்வு எடுத்துக் கொண்டுவிட்டான். பேசுவதற்கு நிறைய இருந்தது. ஆனால் அதை அவன் வீட்டில் இருந்தவர்கள் ரசிக்கவில்லை என்றும் புரிந்துகொள்ள முடிந்தது. அப்புறம் அவனுடன் பேச வாய்ப்பு கிடைத்தபோது நிறைய விஷயங்கள் புரிந்தன. அவனுடைய எல்லாக் குழந்தைகளும் ஒரே மாதிரி இல்லை. மாமனார் தவறிப்போய்ப் பல வருடங்கள் கடந்தபிறகும் அவன் எதெற்கெல்லாமோ கட்டுப்பட வேண்டியிருந்தது. ஒரு முறை என்னிடம் திடீரென்று, "எனக்குச் சாவு வந்தால் கூடத் தேவலை" என்றான். குரு தத் படங்களை இந்தச் சாவு அம்சத்துக்காகவே நாங்கள் கேலி செய்வோம். 'தேவதாஸ்' எங்களுக்கு ஒரு காமெடிப் படமாகத் தெரியும். அந்த ராமசாமி இப்போது சாவு வரக்கூடாதா என்று கண்ணீர் விடுகிறான்! அதன் பிறகு நான் அவனைப் பார்த்தது, வடக்கு தெற்காகத் தரையில் கிடத்தி வைத்த தினத்தன்றுதான்.

பொதுவாக அவன் மனநிலை பற்றித்தான் நான் தெரிந்து கொள்ள முடிந்தது. நடுவில் பல ஆண்டுகள் எங்கள் தொடர்பு விட்டுப் போனாலும் அவன் என்னை மறக்கவில்லை, நானும் மறக்கவில்லை. கடைசி வரை நான் ஒரு விஷயத்தை அவனிடம் சொல்லவில்லை.

மண்டலேயிலிருந்து ஒரு பர்மா எழுத்தாளர் என்னைச் சந்திக்க வந்தார். நாங்கள் ரங்கூன் முதல் குண்டுவீச்சு பற்றிப் பேசினோம். பர்மாவில் வெள்ளைக்காரர்கள் சண்டையே போடாமல் உள்ளூர் துருப்புகளைக் கொண்டு ஜப்பானியரை எதிர்க்கப் பார்த்திருக்கிறார்கள். பர்மாவை வென்று மூன்றாண்டுகள் ஜப்பானியர்கள் பர்மியர்களைக் கொன்று குவித்தார்கள். நேதாஜி சுபாஷ் சந்திர போஸால் இந்தியர்கள் மட்டும் தப்பினார்கள். இந்திய தேசியப் படை என்று வெள்ளைக்காரர்களிடமே போரிடக்கூடிய ராணுவமாக

சிறுகதை தொகுப்பு
103

மாறினார்கள். நான் ராமசாமியின் அப்பா பற்றி விசாரித்தேன். முதலில், "அந்த மாதிரி ஆயிரம் பேர் உண்டு" என்றார். மேலும் சில தகவல்களைக் கேட்ட பிறகு, " வெயிட், வெயிட். அவர் பெயர் சீனிவஸ்ஸானா?" என்று கேட்டார்.

"ஆமாம்."

"அவர் ரங்கூனில் இருந்த தெரு முதல் குண்டு வீச்சில் முழுதுமாக அழிந்துவிட்டது."

"ஆமாம்."

"அவர் மனைவி இங்கு இருக்கிறாளா?"

"இருந்தாள். இப்போது உயிருடன் இருக்கிறாளா என்று தெரியாது."

"உயிருடன் இருந்தால் நான் சொல்கிற விஷயத்தைச் சொல்ல வேண்டாம்."

"சரி."

"குண்டுவீச்சில் அந்த வஸ்ஸானுக்கு நிறைய விஷயங்கள் மறந்து போய்விட்டது. அவன் ஒரு பர்மா பெண்ணை மணந்துகொண்டு ஒரு கிராமத்திலேயே வசித்து, செத்தும் போய்விட்டான். அவன் பற்றி எங்கள் மொழியில் ஒரு பெரிய நாவல் இருக்கிறது. பெயர் தெரியுமா? மறந்துபோன மதராஸி."

தீபாவளி மலர் 2014   கலைமகள்

18. உறுப்பு அறுவடை

சரவணன் வாசலில் நின்றுகொண்டிருந்தான். சரவணன் என் மகனின் மகள் வித்யாவைப் பள்ளிக்கு அழைத்துச்சென்று திரும்பக் கொண்டுவிடும் வான் உரிமையாளன்.

"என்ன?" என்று கேட்டேன்.

"இந்த மாசம் பணம் தரலையே? தேதி மூணு ஆறது."

"மூணாந்தேதிதானே?"

"என்ன மூணாந்தேதிதானே? டீசல் எல்லாம் சும்மா வந்துடுமா?"

"நீ எப்படி வந்திருக்கே?"

"பைக்லே."

"என்னை இந்தத் தெருக்கோடிக்குக் கொண்டுபோய்க் கொண்டுவந்து விடறியா? மகன் ஊர்லே இல்லை. நான் ஏடிஎம்லேந்து எடுத்துக் கொடுத்துடறேன். எவ்வளவு?"

"ஆயிரம் ரூபாய்"

"எழுநூத்து அம்பது இல்லே?"

"அந்தக் காலமெல்லாம் மலையேறிப்போச்சு."

நான் சிறிது சிரமப்பட்டுத்தான் மோட்டார் சைக்கிள் பின்னால் ஏறி உட்கார்ந்தேன். ஏடீஎம்முக்குப்

போய் ஆயிரம் ரூபாய் எடுத்துச் சரவணனுக்குக் கொடுத்தேன். அவன் அதை வாங்கிப் பையில் திணித்துக்கொண்ட விதம் சரியில்லை.

"நானே பாத்துக்கிறேன். வண்டியிலே வர்ரது சரியாயில்லை." சரவணன் போய்விட்டான்.

சரவணன் பள்ளி வண்டியை ஓட்டுவதில்லை. வேறு டிரைவர்தான். ஆனால் அந்த டிரைவரும் அது சிறு குழந்தைகளை ஏற்றிச் செல்லும் வண்டி என்ற நினைப்பில்லாமல் ஓட்டுவதாக எனக்குத் தோன்றியது. பள்ளிக்கூடம் ஒரு கிலோமீட்டர் தூரம் இருக்கும். நிறைய வண்டிகள் அந்த வழியில் போகும் என்பதைத் தவிர ஒரு பெரிய சாலையைக் கடக்க வேண்டும். இதெல்லாம் பன்னிரண்டு வயதுப் பெண் சமாளிக்க முடியுமா? அவள் தானே போகிறேன், சைக்கிளில் போகிறேன் என்றுதான் சொல்கிறாள். ஆனால் அது சாத்தியமில்லை என்று விவரம் அறிந்த யாரும் சொல்வார்கள் என்றாலும், இந்த வான்கள் எந்த அளவுக்கு உத்தரவாதம்? சரவணன் காலையிலேயே நிதானமில்லாமல் மோட்டார் சைக்கிள் ஓட்டிக்கொண்டு வந்து விடுகிறானே?

எனக்கு வேதனையாக இருந்தது. இரண்டு வருடங்களாக சரவணன் வண்டிதான். ஒருவேளை வான் சரியில்லை என்று தோன்றித்தான் வித்யா அவளே போகிறேன் என்றாளோ? நான் இவ்வளவு நாட்கள் வான் பற்றி அதிகம் யோசித்ததில்லை. ஆனால் சரவணனுடன் அவனுடைய மோட்டார் சைக்கிளில் போய்வந்த பிறகு வேறெதைப் பற்றியும் யோசிக்க முடியவில்லை. உண்மையில் ஒவ்வொரு நாளும் ஆபத்தோடுதான் குழந்தை பள்ளிக்குப் போய்விட்டு வருகிறது.

பகல் மூன்று மணியளவில் தெருவில் பரபரப்பு. வித்யா பள்ளியருகில் ஒரு வான் பள்ளத்தில் இறங்கி நான்கு குழந்தை களுக்குக் காயம். டிரைவருக்கு நல்ல காயம்.

நான் கதவைப் பூட்டிக்கொண்டு பள்ளிப் பக்கம் ஓடினேன். வீட்டில் வேறு யாரும் இல்லை. அது வித்யா செல்லும் வான் அல்ல. பத்து நபர்களாக வண்டியைத் தெருவில் தூக்கி வைத்து விட்டார்கள். மிகப் பெரிய விபத்தாகியிருக்க வேண்டியது காயங்களோடு தப்பித்தது. போலீஸ்காரர்கள் வந்தார்கள். தற்செயலாக நேர்ந்த விபத்து, தெரு ஓரம் மின்வாரிய கேபிள் மாற்றி மண்ணை அள்ளிப் போட்டிருகிறார்கள், அந்த மண்ணில் ஒரு சக்கரம் இறங்கிவிட்டது.

குழந்தைகளை டிரைவர் வேறு வானில் அனுப்பிவிட்டுப் போலீஸ் போவதற்காகக் காத்திருந்தான். நான் அவனைப் பார்த்தேன். எலும்பு முறியவில்லை என்றாலும் கை கால் இரண்டிலும் ரத்தக்காயம். அது தற்செயலாக நிகழ்ந்த விபத்து. தெரு மிகவும் குறுகல். எதிர் வண்டிக்காக ஒதுங்கியதில் வான் இன்னமும் இறுக்கமாகாத பள்ளத்தில் இறங்கிவிட்டது.

எனக்குக் கவலை வந்துவிட்டது. என் தலைமுறையில் பள்ளிக்கு வண்டி என்று ஏதும் கிடையாது. அவரவர்கள் இருக்கும் வீட்டருகேயுள்ள பள்ளியில் சேர்த்து விடுவார்கள். வீடு மாறினால் அந்த வீட்டருகே உள்ள பள்ளியில் சேர்த்து விடுவார்கள். அரைப் பரீட்சை முடிந்த பிறகுகூடப் பள்ளியிலிருந்து விலகலாம், சேரலாம். வித்யாவை இந்தப் பள்ளியில் சேர்ப்பதற்கு ஓராண்டு முன்னரே சொல்லிவைத்திருந்தது; தினம் குழந்தையை யார் பள்ளியில் கொண்டுபோய் விடுவது, அழைத்து வருவது? பள்ளிக்கூடத்திற்கே மூன்று வண்டிகள் இருந்தன. மாதம் ஆயிரம் ரூபாய். முதலில் ஒரு ஆட்டோரிக்ஷா அமர்த்தியது. பெரிய வகுப்பு வந்தபோது ஒரு ஆட்டோவில் ஐந்து மாணவர்கள் போக முடியவில்லை. சரவணன் வண்டிக்கு மாறியபோது நாங்கள் அதைப் பள்ளிக்கூட அலுவலகத்தில் பதிவு செய்யவில்லை. அதற்கு ஒரு எச்சரிக்கைக் கடிதம் வித்யாவிடம் கொடுத்துவிட்டிருந்தார்கள். இவ்வளவு தடபுடல் செய்யும் பள்ளியால் தெருவோரப் பள்ளம் பற்றிப் புகார் செய்ய முடியவில்லை. நான்கு குழந்தைகளுக்கு அடி. வண்டி டிரைவருக்கு நல்ல அடி.

ஒரு வாரகாலத்தில் வான் விஷயம் மனதில் பின்னுக்குப் போய்விட்டது. அப்புறம் மழைக்காலம் குளிர்காலம் முடிந்து பெரிய பரீட்சைக்கு வித்யா மும்முரமாகத் தயார் செய்து கொண்டிருந்தாள். அப்போது ஒருநாள் காலை ஒரு பெண் வந்தாள். அவள் உடுத்தியிருந்த புடவை, அவள் முகம் எல்லாம் தொடர்ந்து இல்லாமையும் கவலையும் அனுபவித்து வருவதைக் காட்டின. "அவர் இருக்காரா?" என்று கேட்டாள்.

"யார், என் மகனா?"

"ஆமாம்."

"நீங்க யாரு?"

"உங்க வீட்டுக் குழந்தையை அழைத்துப்போகும் வான்காரர் சம்சாரம்."

“சரவணன் சம்சாரமா? நாங்க முதல் தேதியே பணம் கொடுத்துட்டோமே?'

“அதுக்கில்லேங்க. ஒரு வாரம் முன்னாலே அவரை ஆஸ்பத்திரிக்கு எடுத்துப் போனோம்.”

“என்னாச்சு?”

“வயிறு வீங்கி வலியிலே துடிச்சார். முதல்லே பக்கத்துல இருக்கிற ஆஸ்பத்திரிக்குத்தான் எடுத்துப் போனோம். அவுங்க கவர்ன்மெண்ட் ஆஸ்பத்திரிக்கு எடுத்துப் போகச் சொன்னாங்க. இப்பொ அவர் அங்கேதான் இருக்காரு. உங்க மகன் வீட்டிலே இருக்காரா?”

“பின்னே தினம் வான் வறதே?”

“ஒத்தர் எழுதி வாங்கியிருக்கார், உங்க மகன் எப்போ வருவார்?”

“நிச்சயமா சொல்ல முடியாது. போன இடத்துலே வேலை முடியணும். ஆஸ்பத்திரி ரொம்பச் செலவில்லே?”

‘‘அரசு ஆஸ்பத்திரியிலே செலவு ரொம்ப இல்லே. போயிட்டுப் போயிட்டு வரதுதான் ரொம்பக் கஷ்டம். வீட்டிலே ஆள் இருந்தாத்தான் ஆஸ்பத்திரியெல்லாம் சரிப்படும்.”

“வீட்லே பெரியவங்க இல்லையா?”

“அவங்க அம்மா கோச்சுண்டு போயிட்டாங்க. எங்க கல்யாணம் நாங்க ஆசைப்பட்டுப் பண்ணிண்டது. இப்போ ஆஸ்பத்திரியிலே யாரும் இல்லே. நாந்தான் டாக்டரைக் கேட்டேன். ரொம்ப சீரியஸ்னு சொல்றாரு . . . அவர் லிவர் ரொம்பக் கெட்டுப் போயிடுத்தாம்.”

“எதுனாலே?”

“உங்களுக்குத் தெரியாதா?” என்று சொல்லி அவள் வலது கைக் கட்டை விரலைக் காட்டினாள்.

‘‘உங்க மகன் சொன்னா அவருக்கு டிரீட்மெண்ட் செய்வாங்க” என்றாள்.

“நாளைக்கு வந்துடணும். நான் சொல்றேன்.”

“நானே வரேன். ரொம்பக் கஷ்டப்படறாரு.”

அவள் போய்விட்டாள். ஏன் காலம் காலமாகக் கணவன் உயிருக்குப் போராடும் பெண்கள் இருக்கிறார்கள்? எவ்வளவோ மனிதர்கள் மிடாக்குடியர்களாக இருந்து முதிர்ந்த வயதில் சாகிறார்கள். சரவணனுக்கு அதிகம் போனால் நாற்பத்தைந்து இருக்கும்.

குழந்தைகளுக்கும் கல்லீரல் கெட்டுப்போய்ப் பார்த் திருக்கிறேன். சிரித்து விளையாடிய குழந்தை மஞ்சள் காமாலை கண்டு எந்நேரமும் சிணுங்கியபடியிருந்து துடிதுடித்துச் சாகும். குழந்தைகள் கல்லீரல் நோய்கண்டு சாவதற்கு யார் பொறுப்பு? நிச்சயமாக அந்தக் குழந்தை காரணமில்லை. சரவணன் விஷயத்தில் அவன் தெரிந்தே சிக்கிக் கொண்டது. அவனும் எண்பது வயதுக் குடிகாரர்களைப் பார்த்திருப்பான்.

என் மகன் வந்தவுடன் வேறெந்த விஷயமும் சொல்லாத படி சரவணன் பற்றிச் சொன்னேன். அவனுக்கும் முதலில் புரியவில்லை. புரிந்தபோது, “நன்னா இருந்த நாளிலே என்ன ஆட்டம் போட்டான்!” என்றான்.

“அந்தப் பொண்ணைப் பாத்தா ரொம்பப் பரிதாபமா இருக்கு.”

“நான் தகவல் கேட்டுண்டு சொல்றேன்.”

நான் நினைத்துப் பார்த்தேன். இந்த வியாதி சரவணன் மனைவிக்கு ஏற்பட்டிருந்தால் சரவணன் யாரையாவது உதவிக்குத் தேடிப் போவானா?

என் மகன் அன்றே சரவணன் பற்றி விசாரித்துவிட்டான். அவனை வீட்டுக்கு அழைத்துப்போய்க் கஞ்சி, காய்கறி வேகவைத்த தண்ணீர் மட்டும் கொடுத்து ஒரு வாரம் பொறுத்து வரச் சொல்லியிருக்கிறார்கள். அவனுக்கு மாற்று ஈரல் ஒன்றுதான் வழி. அது மிகுந்த செலவு. அதோடு மாற்று ஈரல் கிடைக்க வேண்டும். அதாவது யாராவது பாதி ஈரல் தர ஒப்புக்கொள்ள வேண்டும், இல்லாவிட்டால் சாகவேண்டும். அந்த நபரின் உறவினர்கள் இறந்தவரின் உடலை உறுப்பு அறுவடைக்கு உட்படுத்த அனுமதிக்க வேண்டும். அப்போது இறந்தவரின் ஈரல் சரவணனுக்கு ஒத்துப் போகுமா என்று சோதிக்க வேண்டும். அதன்பின் அறுவை சிகிச்சை. ஆனால் ஆஸ்பத்திரி ஒரு கொள்கை ரீதியாகக் குடியால் ஈரல் கெட்டுப் போனவர்களுக்குச்

செய்வதில்லை. மாற்று ஈரல் கிடைப்பதே மிகவும் கடினம். அதைக் குடிகாரர்களுக்குப் பொருத்துவது ஏற்கத் தக்கதில்லை.

நானும் என் மகனும் ஒருநாள் சரவணனின் குடும்பத்தையே அதிகாரியிடம் அழைத்துச் சென்று மாற்று ஈரல் அறுவை சிகிச்சைக்கு அனுமதி வாங்கிவிட்டோம். அந்த அதிகாரி சொன்னார், "எவனோ ஒழுங்கானவன் உங்க ஆளுக்காக இன்னும் நாலு மாசம் வலியிலே தவிக்கணும். முதல்லே அவன் அடுத்த ஈரல் கிடைக்கற வரைக்கும் உசிரோட இருக்கணும்."

எங்கள் இருவருக்கும் மிகவும் வேதனையாக இருந்தது. குற்ற உணர்ச்சியும் சேர்ந்து கொண்டது. சரவணன் மனைவி வாயே திறக்கவில்லை.

சரவணன் சங்கடம் வைக்கவில்லை. மாற்று ஈரல் கிடைக்கும்வரை அவன் காத்திருக்கவில்லை...

2014 *காலச்சுவடு*